最有趣、好學的泰語發音

我的第一本泰語發音

全書音檔一次下載

9789864541898.zip

此為ZIP壓縮檔，請先安裝解壓縮程式或APP，iOS系統請升級至iOS 13後再行下載，

此為大型檔案（約35MB），建議使用WIFI連線下載，以免佔用流量，並確認連線狀況，以利下載順暢。

在本書書尾附有【泰語字母、音調規則彩色拉頁】，可以隨邊線從書上剪下，一邊將拉頁拿在手上一邊閱讀本書，將有助於更有效率的學習。也很推薦讀完本書的字母規則後，進入到文法書等下個學習階段時，適時拿出來做複習的參考。

全書各單中有發音教學處立皆附有 QR 碼，可以透過掃描隨刷隨聽。

前言

我教泰語已經有 20 年以上的經驗了，至今看過很多挑戰「我想讀懂泰語字母！」然而卻歷經挫敗的人。因為從泰文字形到讀法、重音、規則等等需記憶的項目繁多，因而舉起白旗默默地將書本束之高閣的人屢見不鮮，令我感到實在是相當可惜。

在本書《我的第一本泰語發音》之中，首先我明確地將泰語那無邊無盡文字學習的樣貌完整地勾繪成形，讓你容易訂定學習計畫。此外，此書的結構設定是將泰語的文字學習分成 10 個階段，各階段的學習目標時間定為 3 個小時，一邊達成在各階段所設定的目標，並同時前往下一個學習階段。就像是源自日本的驛站接力賽（後略：接力賽），跑者會在極短距離地接棒給下一位跑者那樣的意象，累積各回細項的達標，最後便達到學成泰語字母的最大目標。

不過，泰語文字的學習可是沒那麼容易完成，學習文字要能鍥而不捨地進行，其「持久力」是比什麼都更重要的。但是學習並不需要隨時保持百分之百的持久力，如果跑得累了就停下來走走也好，轉個身從頭開始也是可行！所以請試著輕鬆地，抱持著無論如何都要堅持下去的意念，一步步地學習下去吧！

泰文的結構

簡單地說，泰文就是「子音（文字）」、「母音（符號）」、然後「聲調（符號）」的組合。簡單明瞭以中文注音來比喻，中文字「花」的注音「ㄏㄨㄚ」裡，「ㄏ」是子音、「ㄨㄚ」是母音（雙母音）。泰文則是像注音符號依照類似這樣的形式用母音與子音的組合來形成音節或是單字。然後再加上指定重音位置的聲調記號。

以 ขอบคุณค่ะ「謝謝」為例子來看：

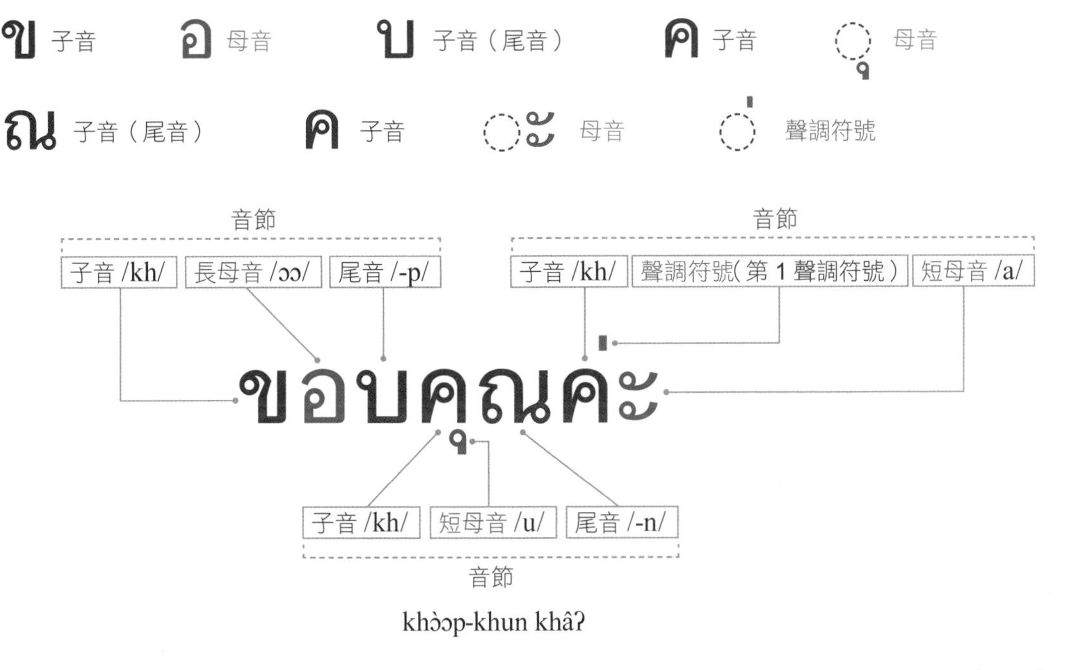

跑完全程之前，首先…

อ่านภาษาไทยได้แล้ว

這一句短句是這本教科書的最終目標。

對初學者來說，眼下看起來泰文或許就是圓圈加上線條的難懂符號。下一頁開始會出現與你的學習共同奔馳的 12 位跑者，當與他們一起越過無數個難關，在完全達成 10 區的目標（P.150）之後，請再回來看這一段文字吧！屆時對你而言一定是一段很有意義且充滿生氣的泰語短句吧！

那麼，我們一起稱霸這場泰語學習的接力賽吧！

泰語的子音中有分為「中子音」、「高子音」和「低子音」3 種，它們是決定聲調（重音：請參照第 6 區）的重要因素。注意在泰語中，同樣一個子音，同時有註記在音節之前及音節之後時，會有發音不同的情況，本書的定義將置於音節前的子音稱為「首子音」，置於音節後的子音為「尾音」，另外也有兩個首子音結合後成為「雙子音」的情況。

母音則分為「長母音」及「短母音」，例：發音拉長的 /aa/ 音稱為長母音，發音沒有拉長的 /a/ 音稱為短母音，而兩個母音結合在一起的情況稱之為「雙母音」。

來認識本書中出現的各種符號：

符號	本書中的定義	舉例
◌	首子音	◌า ◌aa
⬚	尾音	นา⬚ naa⬚
-	音節分段符號	การบ้าน kaan-bâan
/　/	（最小的語音單位）音素	/k/, /a/
/-　/	尾音	/-p/, /-t/
〔　〕	單字的發音	〔kaa〕烏鴉
＝	表示該音節的音調	kh（低子音）＋ ɯɯ（長母音）＝平聲

目錄

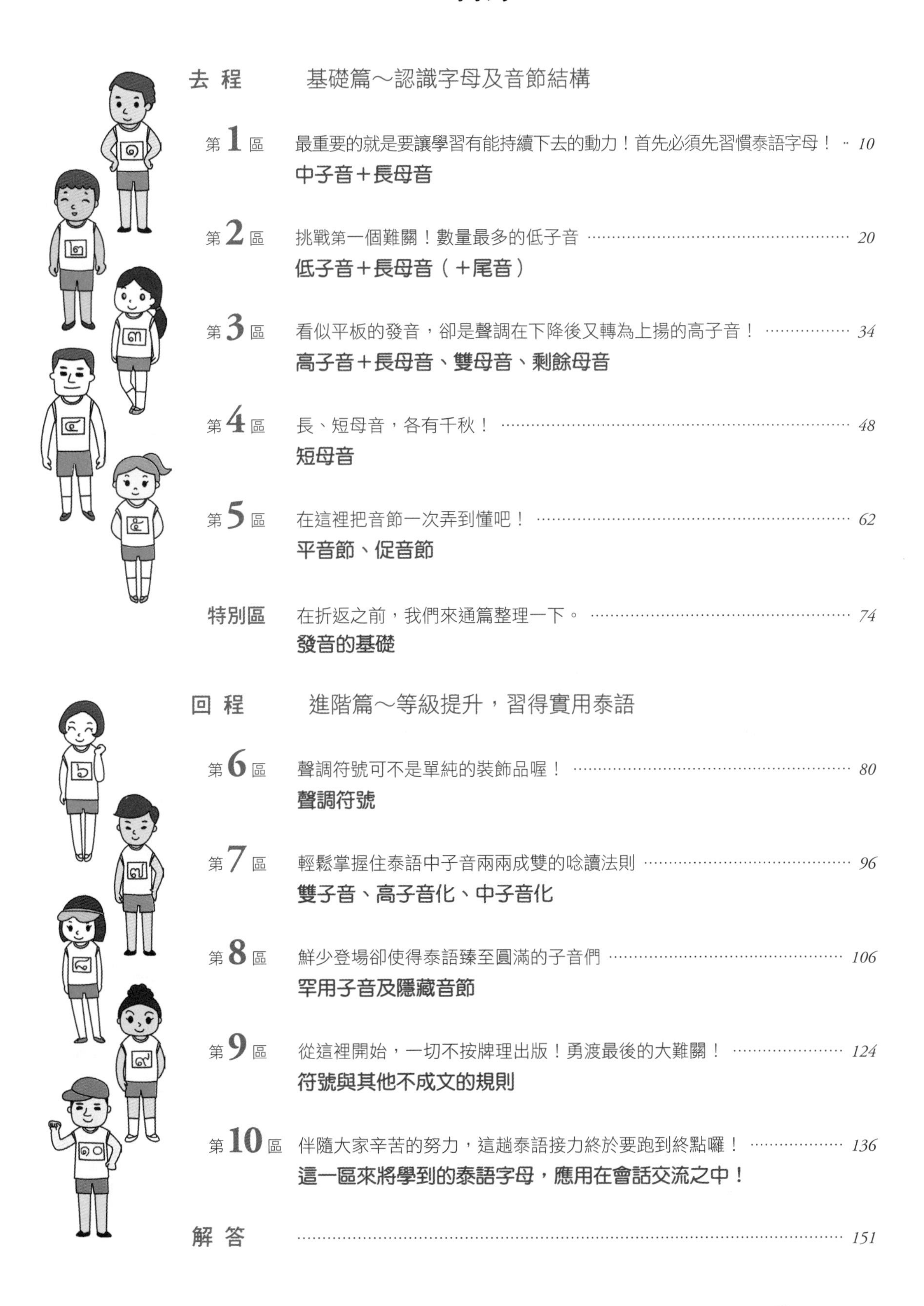

泰語接力賽路線說明

這兩頁為各區的完成目標。

每當達成一個學習目標後，便將達成日填入進行確認。

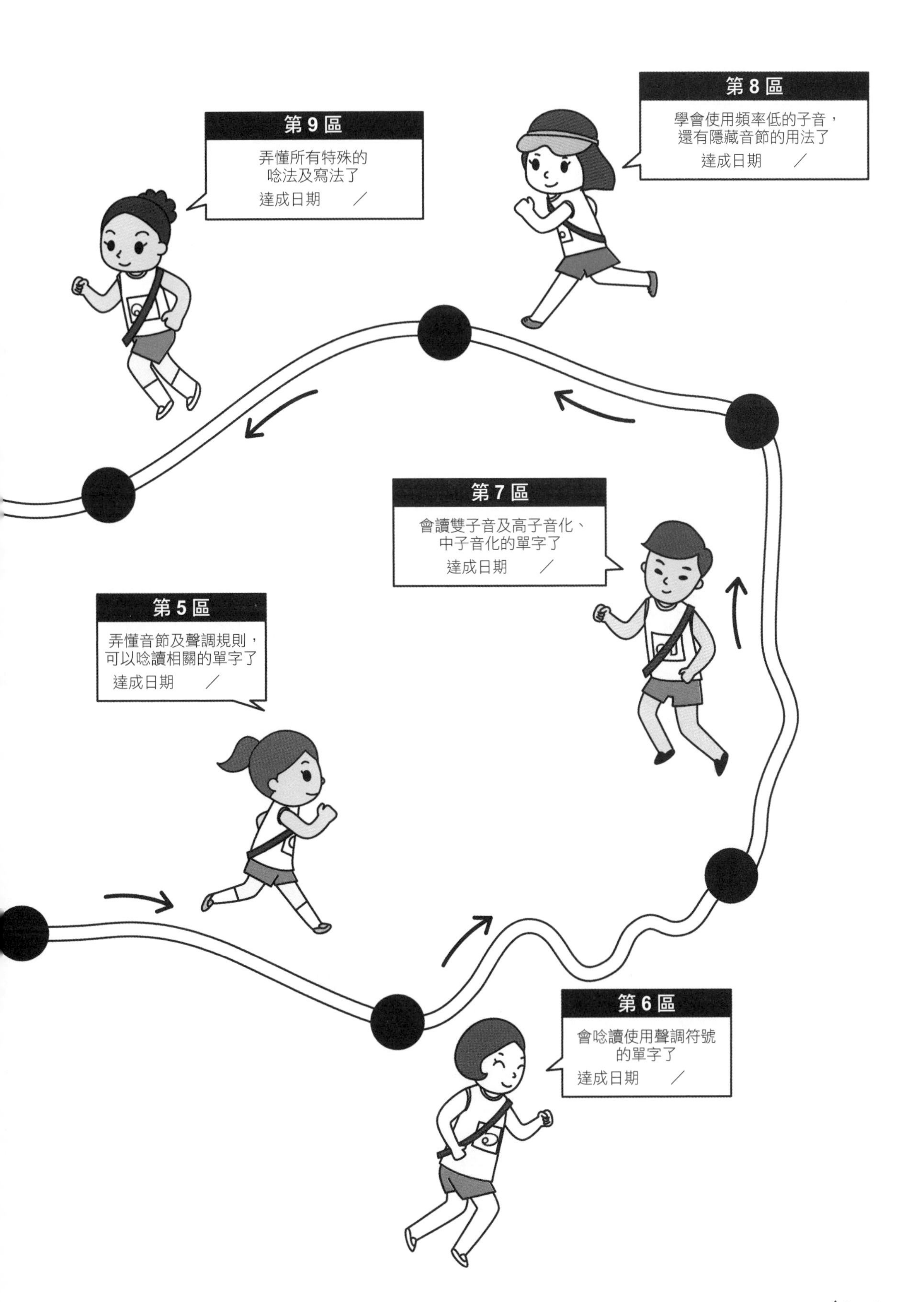
第 9 區
弄懂所有特殊的
唸法及寫法了
達成日期 ／
第 8 區
學會使用頻率低的子音，
還有隱藏音節的用法了
達成日期 ／
第 7 區
會讀雙子音及高子音化、
中子音化的單字了
達成日期 ／
第 5 區
弄懂音節及聲調規則，
可以唸讀相關的單字了
達成日期 ／
第 6 區
會唸讀使用聲調符號
的單字了
達成日期 ／

出場人物紹介

在泰語接力賽開始之前，讓我們先介紹本書中各棒次的跑者吧！
請一邊聽音檔，一邊動筆將泰語數字練寫下來吧！

跑者名	棒次	泰語數字	
阿一	1	๑ nùŋ	๑ ๑
阿二	2	๒ sɔ̌ɔŋ	๒ ๒
阿三	3	๓ sǎam	๓ ๓
阿四	4	๔ sìi	๔ ๔
阿五	5	๕ hâa	๕ ๕
阿六	6	๖ hòk	๖ ๖
阿七	7	๗ cèt	๗ ๗
阿八	8	๘ pɛ̀ɛt	๘ ๘

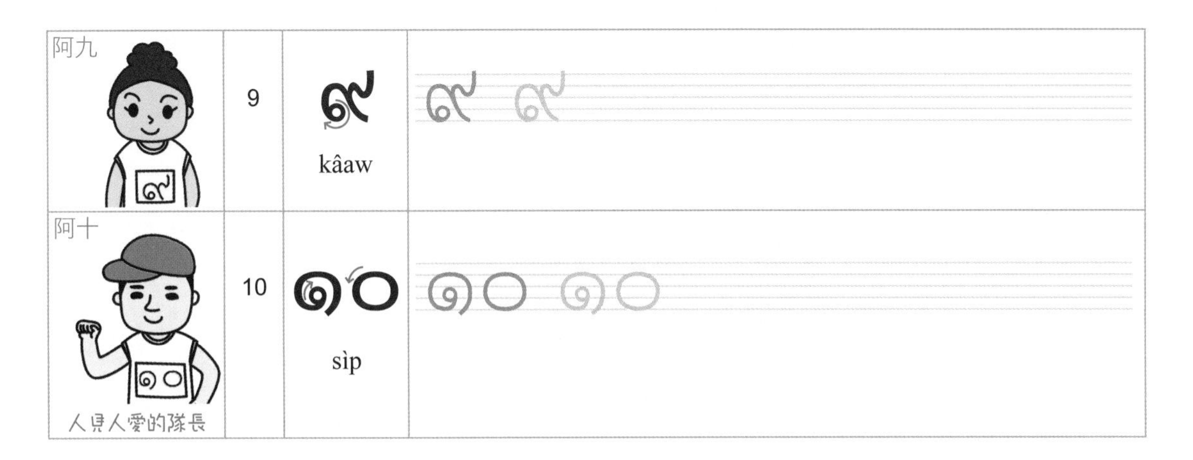

阿九	9	๙ kâaw	๙ ๙
阿十 人見人愛的隊長	10	๑๐ sìp	๑๐ ๑๐

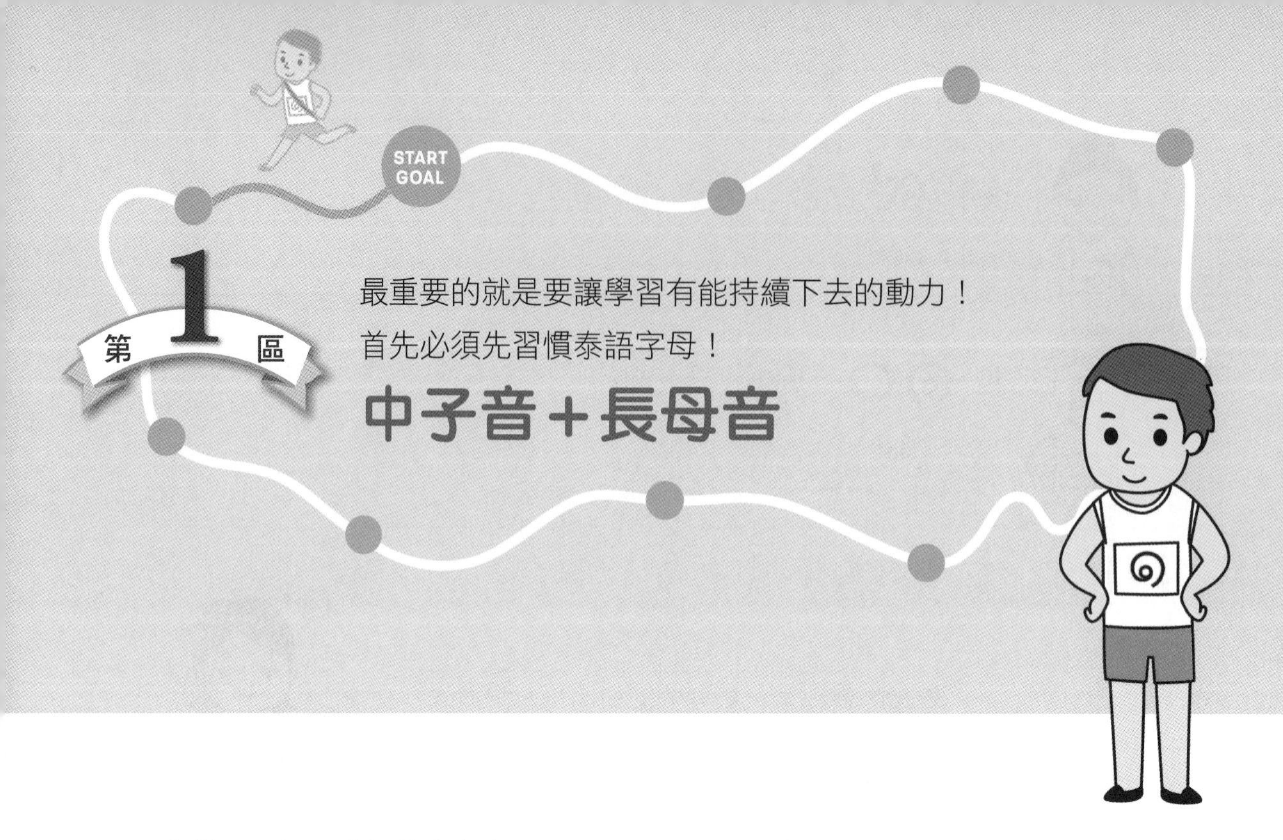

第1區

最重要的就是要讓學習有能持續下去的動力！
首先必須先習慣泰語字母！

中子音+長母音

在第 1 區裡，我們將學會中子音和長母音。泰語的中子音裡共有 9 個字母，首先我們會學習使用頻率高的 7 個字母，剩餘 2 個使用頻率低的字母將會留到第 8 區再來學習。此外，我們也將以學習唸讀中子音與 9 個長音母的組合，作為本區的學習目標。

中子音

學習泰語發音時，當唸讀單一子音時，一般都是配合著母音 /ɔɔ/（張大「啊」的嘴型，並發出「喔～」的音）。（關於發音請參照 P.74 ~ P.79 的特別區）。舉例來說，字母 ก /k/ 就是 [kɔɔ]。而每個子音都有一個既定成套的配合單字。例如，ก /k/ 會和 [kày]（雞）成為一個固定的組合，唸做 [kɔɔ kày]。

這與把英文字母中的 A，記成 Apple 的「A」的記法很相似呢！

寫法也請要好好記住！

有圓圈（○）的字母，是從圓圈開始下筆然後一筆畫寫完的喔！注意若圓圈的方向寫反時，那就會變成另一個字母了，這點要請格外留意。

ซากุระ

002.MP3

Exercise 1 來練習寫中子音吧！

字母　當作首子音時的發音　字母與配合單字

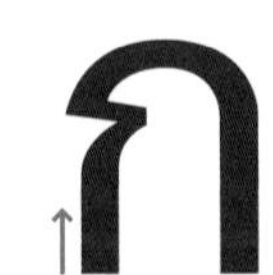

k

ก ไก่

kɔɔ kày

kày（雞）的 k

發音參考：發此音時的同時需屏住氣息。

c

จ จาน

cɔɔ caan

caan（盤子）的 c

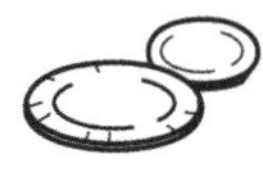

發音參考：發此音時的同時需屏住氣息。

d

ด เด็ก

dɔɔ dèk

dèk（小孩）的 d

 t

ต เต่า

tɔɔ tàw

tàw（烏龜）的 t

發音參考：發此音時的同時需屏住氣息。

 b

บ ใบไม้

bɔɔ bay-máy

bay-máy（葉子）的 b

    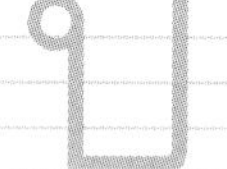 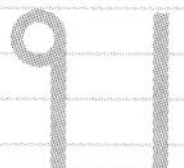

 p

ป ปลา

pɔɔ plaa

plaa（魚）的 p

發音參考：發此音時的同時需屏住氣息。

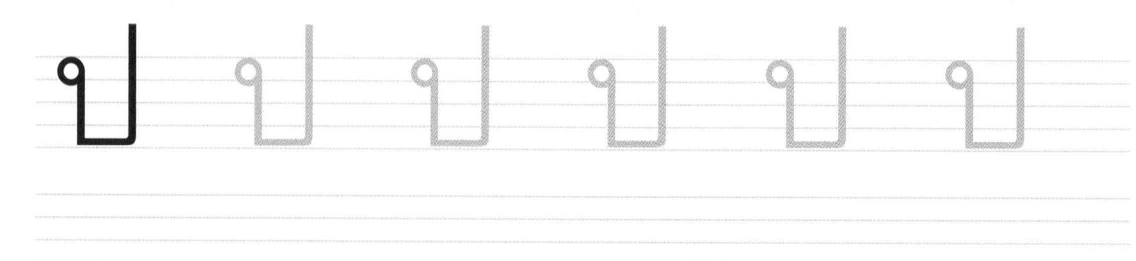

ʔ

อ อ่าง

ʔɔɔ ʔàaŋ

ʔàaŋ（盆子）的 ʔ

發音參考：將聲門閉鎖發出的音。

อ อ อ อ อ อ

Exercise 2 **請聽音檔，並邊唸邊記吧！記得在每個子音裡加上母音 /ɔɔ/ 來發音看看喲。**（解答 → P.151）

① ก	② ป	③ อ	④ ด	⑤ จ	⑥ บ	⑦ ต
⑧ บ	⑨ ด	⑩ จ	⑪ ต	⑫ ป	⑬ ก	⑭ จ
⑮ อ	⑯ บ	⑰ ก	⑱ ด	⑲ อ	⑳ ต	㉑ ป

Exercise 3 **請將下列的標音系統改成泰語字母吧！**（解答 → P.151）

① b ________　② k ________　③ t ________

④ ʔ ________　⑤ c ________　⑥ b ________

⑦ d ________　⑧ ʔ ________　⑨ k ________

⑩ ʔ ________　⑪ p ________　⑫ d ________

長母音

長母音一共有 9 個。

請務必牢記這些母音必須寫在子音上下左右的哪個方位喔！

004.MP3

Exercise 4　我們來練習寫長母音吧！

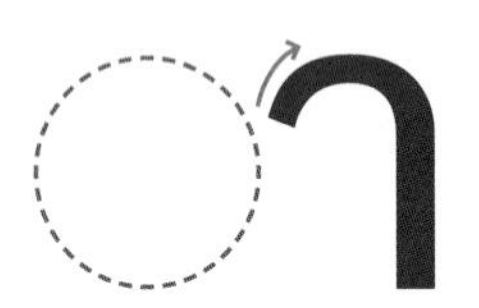

aa

書寫順序：子音（ก 等）◌ → า

發音參考：「啊～（拉長音）」。

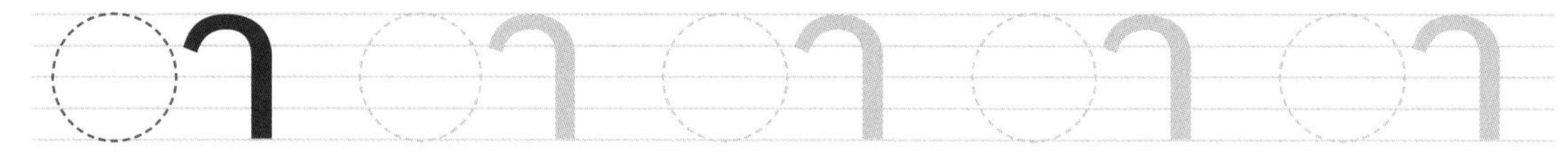

ii

書寫順序：子音 ◌ → ี

發音參考：嘴巴橫向張開唸出「依～」的音。

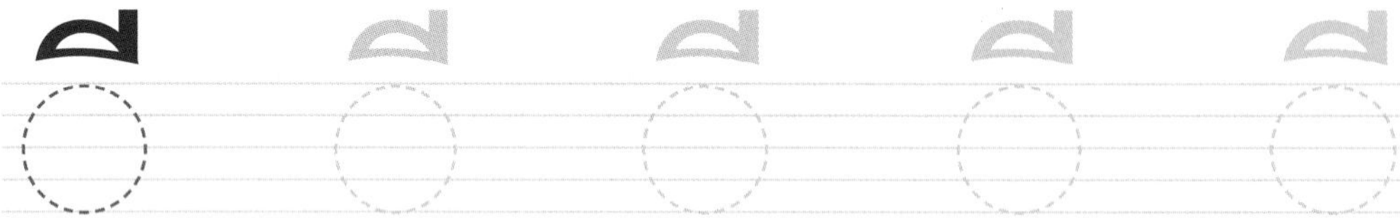

ษษ 書寫順序：子音 ◌→ ◌ื→ อ

發音參考：嘴巴橫向張開唸出「屋～」的音。

uu 書寫順序：子音 ◌→ ◌ู

發音參考：嘴巴嘟起唸出「屋～」的音。

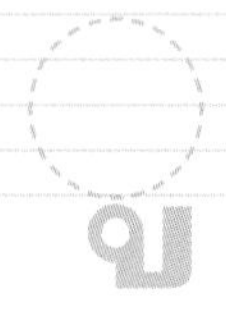

ee 書寫順序：เ→ 子音 ◌

發音參考：嘴巴橫向張開唸出「ㄟ～」的音。

εε

書寫順序：แ→ 子音◌

發音參考：嘴巴縱向張開唸出「ㄟ～」的音。

oo

書寫順序：โ→子音 ◌

發音參考：嘴巴嘟起唸出「歐～」的音。

ɔɔ

書寫順序：子音◌→ อ

發音參考：嘴巴張大唸出「歐～」的音。

ออ

書寫順序：เ → 子音 ◌ → อ

發音參考：嘴巴微微半張並放鬆發出「ㄜ～」的音。

中子音＋長母音

當中子音＋長母音的組合時，聲調要唸平聲。（請參考 P.79）

005.MP3

ดู 看

duu

โต 大、長大

too

แบ （手）攤開

bɛɛ

006.MP3

Exercise 5 一邊聽音檔，一邊唸讀看看吧！（解答 → P.151）

	/aa/	/ii/	/ɯɯ/	/uu/	/ee/	/ɛɛ/	/oo/	/ɔɔ/	/əə/
/k/	กา	กี	กือ	กู	เก	แก	โก	กอ	เกอ
/c/	จา	จี	จือ	จู	เจ	แจ	โจ	จอ	เจอ
/d/	ดา	ดี	ดือ	ดู	เด	แด	โด	ดอ	เดอ
/t/	ตา	ตี	ตือ	ตู	เต	แต	โต	ตอ	เตอ
/b/	บา	บี	บือ	บู	เบ	แบ	โบ	บอ	เบอ
/p/	ปา	ปี	ปือ	ปู	เป	แป	โป	ปอ	เปอ
/ʔ/	อา	อี	อือ	อู	เอ	แอ	โอ	ออ	เออ

007.MP3

Exercise 6 請將下列的泰語單字改成標音系統。（解答 → P.151）

① ตี ________
敲、打

② เอ ________
A

③ จอ ________
畫面、螢幕

④ โบ ________
蝴蝶結

⑤ อี ________
E

⑥ ปอ ________
蜻蜓

⑦ ตา ________
眼睛；外公

⑧ เจอ ________
遇見、見面；發現、看見

⑨ จอแจ ________
熱鬧

⑩ ตอ ________
樹墩

008.MP3

Exercise 7 請將下列的標音系統改成泰語單字。（解答 → P.151）

① dii ________
好、好的

② kuu ________
（粗魯的說法）我、老子

③ ʔaa ________
（爸爸的弟弟或妹妹）叔叔、姑姑

④ ʔii-kaa ________
烏鴉

⑤ paa ________
投、扔

⑥ kɛɛ ________
（親暱稱呼）你、妳

⑦ cee ________
J

⑧ puu ________
螃蟹

⑨ pii ________
年

⑩ ʔɔɔ ________
（粗魯的說法）是的

009.MP3

Exercise 8 請試讀以下的短句。（解答 → P.152）

① ตาเจอปู
外公發現了螃蟹。

② อาดูกา
叔叔看著烏鴉。

③ 
แกตาโต
你（妳）的眼睛很大。

④ กาตาดี
烏鴉的眼睛很好。

⑤ อาตีปู
叔叔打了螃蟹。

挑戰第一個難關！數量最多的低子音

低子音＋長母音（＋尾音）

在第 2 區裡我們要來學習的是低子音。雖然低子音有 23 個字母，但我們從使用頻率高的 14 個字母開始學起，其他使用頻率低的 9 個字母則擺在第 8 區裡再學習。在本區中，我們將以學習如何唸讀「低子音＋長母音」以及「低子音＋長母音＋尾音」作為學習目標。

低子音（1）

什麼！！低子音的數量也太多了…。

別擔心。低子音的內容我們會分成兩個部分來學習喲！

最初的第一部分是 7 個低子音喔！

010.MP3

Exercise 9 來練習寫低子音吧！

字母 | 當作首子音時的發音 | 字母與配合單字

ง ŋ

ง งู
ŋɔɔ ŋuu
ŋuu（蛇）的 ŋ

發音參考：此發音為鼻音。

ง ง ง ง ง ง

น n

น หนู
nɔɔ nǔu
nǔu（老鼠）的 n

น น น น น น

ม m

ม ม้า
mɔɔ máa
máa（馬）的 m

ม ม ม ม ม ม

ย
y
ย ยักษ์
yɔɔ yák
yák（夜叉）的 y
ย ย ย ย ย ย
ร
r
ร เรือ
rɔɔ rɯa
rɯa（船）的 r
發音參考：此發音為彈舌音（須震動舌頭）。
ร ร ร ร ร ร
ล
l
ล ลิง
lɔɔ liŋ
liŋ（猴子）的 l
ล ล ล ล ล ล

w

ว แหวน

wɔɔ wɛ̌ɛn

wɛ̌ɛn（戒指）的 w

Exercise 10 **請聽音檔，並邊唸邊記吧！記得在每個子音裡加上母音 /ɔɔ/ 來發音看看喲。**（解答 → P.152）

011.MP3

① ย	② ง	③ ว	④ น	⑤ ม	⑥ ร	⑦ ว
⑧ ล	⑨ ม	⑩ ย	⑪ ง	⑫ ว	⑬ น	⑭ ร
⑮ ง	⑯ ว	⑰ ร	⑱ ล	⑲ ย	⑳ ม	㉑ ง

Exercise 11 **請將下列的標音系統改成泰語字母吧！**（解答 → P.152）

① r ________	② y ________	③ w ________
④ l ________	⑤ ŋ ________	⑥ m ________
⑦ n ________	⑧ w ________	⑨ r ________
⑩ m ________	⑪ l ________	⑫ y ________

012.MP3

低子音＋長母音

低子音與長母音組合的聲調為平聲。和中子音的情況一樣。

มี 有

mii

งา 芝麻

ŋaa

013.MP3

Exercise 12 **一邊聽音檔，一邊唸讀看看吧！**（解答 → P.152）

/ŋ/	งา	เง	โง	งู	แง	งอ	เงอ	งือ	งี
/n/	เนอ	นี	นอ	แน	โน	เน	นอ	นู	นา
/m/	มี	มือ	มู	เม	แม	โม	มา	มอ	เมอ
/y/	ยู	แย	ยี	โย	เย	เยอ	ยือ	ยา	ยอ
/r/	รอ	เรอ	รือ	รา	รี	แร	โร	เร	รู
/l/	แล	ลี	ลู	เลอ	เล	ลอ	ลา	ลือ	โล
/w/	เว	วา	เวอ	วือ	วอ	โว	วู	แว	วี

014.MP3

尾音

到目前為止所學過的子音，當置於母音之前時，本書稱之為「首子音」，並依其發音規則唸讀；但是當置於母音之後時，則是接著本書要介紹的「尾音」，依另外的發音規則唸讀。

無尾音

มา 來

maa

m（首子音）＋ aa（母音）

有尾音

ตอน …的時候；（影集）集

tɔɔn

t（首子音）＋ ɔɔ（母音）＋ -n（尾音）

有些子音在當作尾音應用時會與首子音的發音規則產生差異。例如：ร /r/ 和 ล / l / 這兩個字母在當作尾音時，會唸成 /-n/ 的音。

บอล 球

บอล บอล บอล บอล

bɔɔn

b（首子音）＋ ɔɔ（母音）＋ -n（尾音）

上述第一部分介紹的 7 個低子音（ง น ม ย ร ล ว），全部都可以當作尾音應用喔！其中特別是 ร /r/ 跟 ล /l/ 當尾音時，請格外注意發音會產生變化！

當 ร 跟 ล 當作尾音時，就會變成 /n/ 的發音！

那麼，就來練習上述的各個低子音變成尾音時的唸法吧！

015.MP3

Exercise 13 **一邊聽音檔，一邊唸讀看看吧！**（解答 → P.153）

/-ŋ/	แรง	ทาง*	โรง	จอง	เอง
/-n/	นาน	งอน	ดีน	แฟน**	โดน
/-m/	ปูม	นาม	งอม	โยม	เกม
/-y/	โวย	ราย	ปอย	กูย	ยาย
/-n/	มาร	โจร	การ	นอร	แลร
/-n/	มอล	กาล	ดีล	งาล	จูล
/-w/	แมว	เลว	ลาว	ราว	เกว

＊關於子音 ท [th] 的說明，請見 P.29
＊＊關於子音 ฟ [f] 的說明，請見 P.29

長母音的變形

016.MP3

以下的這兩個長母音，如果加上了尾音，就會產生變形的情況。

1）母音 ◌ือ /ɯɯ/ 在接續尾音的情況下，會變成 ◌ื◌ 的形態。

舉個例子，在此變形規則下，若是 [mɯɯ]（手）這個詞彙，因為後面無尾音，所以會以 มือ 的樣貌呈現；但若是 [yɯɯm]（借）這個有尾音 ม /-m/ 的詞彙時，則會變成 ยืม。

2）母音 เ◌อ /əə/ 在接續尾音的情況下，會變成 เ◌ิ◌ 的形態。

舉個例子，在此變形規則下，若是 [cəə]（見面）這個詞彙，因為後面無尾音，所以會以 เจอ 的樣貌呈現；但若是 [dəən]（走、走路）這個有尾音 น /-m/ 的詞彙時，則會變成 เดิน。

เดิน 走、走路 เดิน เดิน เดิน เดิน เดิน

dəən
d（首子音）+ əə（母音）+ -n（尾音）

關於母音 เ◌อ /əə/，還有一種變化形態，即當尾音是 ย /-y/ 時，要變形成 เ◌ย /əə/ 的樣貌。在此發音規則下，若是尾音為 ย /-y/ 的 [nəəy]（奶油）這個詞彙，則會形成 เนย 的樣貌。

เนย 奶油 เนย เนย เนย เนย เนย

nəəy
n（首子音）+ əə（母音）+ -y（尾音）

雖然 เ◌ย /əəy/ 看字面很容易誤念成「累依～ /eey/」的音，但是它是整組固定的發音，所以請硬記下來，要唸「ㄜ依～ /əəy/ 」的音喔！

那就快來練習吧！

โค้ช

017.MP3

Exercise 14　一邊聽音檔，一邊唸讀看看吧！（解答 → P.153）

/ɯɯ/	ปืน	จืน	ตืน	มืน	ดืม
/əə/	เดิน	เกิน	เมิน	เติม	เริง
/əəy/	เอย	เบย	เงย	เกย	เมย
?	เลย	ยืน	เนิน	ลืม	เงย
	超過	站立；長壽	山丘	忘記	抬頭

低子音（2）

好，接下來就要學第二部分的低子音囉！

這次要學習 7 個字母喔！

Exercise 15　來練習寫低子音吧！

018.MP3

kh

ค ควาย

khɔɔ khwaay

khwaay（水牛）的 kh

發音參考：發音時需用力發出氣息。

ch

ช ช้าง

chɔɔ cháaŋ

cháaŋ（大象）的 ch

發音參考：發音時需用力發出氣息。

 th

ท ทหาร

thɔɔ tha-hǎan

tha-hǎan（軍人）的 th

發音參考：發音時需用力發出氣息。

ท ท ท ท ท ท

พ ph

พ พาน

phɔɔ phaan

phaan（傳統高腳盤）的 ph

發音參考：發音時需用力發出氣息。

พ พ พ พ พ พ

ฟ f

ฟ ฟัน

fɔɔ fan

fan（牙齒）的 f

發音參考：咬住下唇後唸出「**f**」的音。

ฟ ฟ ฟ ฟ ฟ ฟ

s

ซ โซ่

sɔɔ sôo

sôo（鎖鏈）的 s

h

ฮ นกฮูก

hɔɔ nók-hûuk

nók-hûuk（貓頭鷹）的 h

學到這裡，我們都把常用的低子音全都掌握住了！！接下來要更加地好好練習，把所有的低子音牢牢地記住喔！

Exercise 16 **請聽音檔，並邊唸邊記吧！記得在各個子音中加上母音 /ɔɔ/ 發音看看喲。**（解答 → P.153）

019.MP3

① พ	② ฟ	③ ค	④ ช	⑤ ซ	⑥ ท	⑦ ฮ
⑧ ค	⑨ ซ	⑩ ท	⑪ พ	⑫ ฮ	⑬ ช	⑭ ฟ
⑮ ท	⑯ พ	⑰ ฮ	⑱ ซ	⑲ ค	⑳ ฟ	㉑ ช

Exercise 17 請將下列的標音系統改成泰語字母吧！（解答 → P.153）

① th ________	② f ________	③ ch ________
④ ph ________	⑤ s ________	⑥ kh ________
⑦ h ________	⑧ ch ________	⑨ s ________
⑩ f ________	⑪ th ________	⑫ ph ________

第2區

020.MP3

Exercise 18 一邊聽音檔，一邊唸讀看看吧！（解答 → P.153）

/kh/	คาย	เคน	แคง	คืน	เคย
/ch/	ชู	ชาว	ชีน	เชิง	โชย
/s/	เซิง	โซ	ซอ	เซอ	ซูม
/th/	ทาย	โทน	ทีม	ทอง	เทย
/ph/	พอง	พา	พี	พูน	โพย
/f/	ฟู	ฟอง	ฟีน	แฟน	ฟาง
/h/	โฮม	ฮูม	แฮม	ฮอง	เฮ
?	เชย 庸俗	แพง 貴、昂貴	โคม 燈籠	พาน 傳統高腳盤	ซอง 信封

堅持下去喔！加油！

Exercise 19 請將下列的泰語單字改成標音系統。（解答 → P.153）

021.MP3

① แฟน ________
戀人、情侶

② ทอง ________
黃金

③ งาน ________
工作

④ โรงแรม ________
飯店

⑤ ราคา ________
價格

⑥ ลาว ________
寮國

⑦ แคนาดา ________
加拿大

⑧ ชายแดน ________
國境、邊境

⑨ เดินทาง ________
旅行

⑩ โวยวาย ________
大吵大鬧、喧鬧

Exercise 20 請將下列的標音系統改成泰語單字。尾音 /-n/ 的題目請使用字母 น。（解答 → P.154）

022.MP3

① thaan ________
吃、喝

② chaa ________
茶

③ kɛɛŋ ________
（加入香料及辣椒的）泰式勾芡

④ khəəy ________
曾經

⑤ phaa ________
帶

⑥ yaay ________
外婆

⑦ naan ________
長時間、很久

⑧ wee-laa ________
…的時候、時間

⑨ mɛɛw ________
貓；（小名）小喵

⑩ rɔɔ ________
等、等待

編註 泰國人的本名通常冗長且複雜，所以一般日生活的各層面中，每個人都會使用一個簡略好記的「小名」加以稱呼。

023.MP3

Exercise 21 **請試讀以下的短句！**（解答 → P.154）

（解答 → P.154）

① แมวเคยมาชายแดนลาว

小喵曾經來過寮國的邊境。

② แฟนเดินทางมาแคนาดา

我的情人旅行到加拿大來了。

③ ยายพาแมวมาทานชาจีน

外婆帶著小喵來喝中國茶。

④ ตาโวยวาย ยืนรอยายนาน

由於外公站著等外婆等了很久，所以氣得大吵大鬧。

⑤ ทองราคาแพง

黃金的價格很高。

你學得很不錯了喲！

看似平板的發音，卻是聲調在下降後又轉為上揚的高子音！

高子音＋長母音、雙母音、剩餘母音

在第 3 區裡，我們要學習的是高子音。高子音總共有 10 個字母，但使用頻率低的 3 個字母將會在第 8 區才會開始學習。本區中，如何讀懂「高子音＋長母音」、「高子音＋雙母音」及「高子音＋多餘母音（已包含尾音的母音）」的發音規則將是我們的學習目標。

高子音

唸讀高子音時，母音請加上 /ɔ̌ɔ/ 再唸唸看。由於高子音的子母本身就具有泰語四聲的（ˇ）的聲調（請參考 P.79），所以在唸讀時要記得唸四聲。

024.MP3

Exercise 22 來練習寫高子音吧！

字母　　當作首子音時的發音　　字母與配合單字

ข

kȟ

ข ไข่

khɔ̌ɔ khày

khày（蛋）的 kȟ

發音參考：發音時需用力發出氣息。

 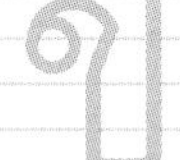   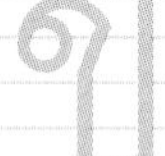 

cȟ

ฉ ฉิ่ง

chɔ̌ɔ chìŋ

chìŋ（小鈸）的 cȟ

發音參考：發音時需用力發出氣息。

第3區

tȟ

ถ ถุง

thɔ̌ɔ thǔŋ

thǔŋ（袋子）的 tȟ

發音參考：發音時需用力發出氣息。

 ph ˇ

ผ 

phɔ̌ɔ phɯŋ

phɯ̂ŋ（蜜蜂）的 ph ˇ

發音參考：發音時需用力發出氣息。

 f ˇ

ฝ ฝา

fɔ̌ɔ fǎa

fǎa（蓋子）的 f ˇ

發音參考：咬住下唇後唸出「f」的音。

 s ˇ

ส เสือ

sɔ̌ɔ sɯ̌a

sɯ̌a（老虎）的 s ˇ

h ˇ

ห หีบ

hɔ̌ɔ hìip

hìip（箱子、寶箱）的 h ˇ

ห ห ห ห ห ห

Exercise 23 **請聽音檔，並邊唸邊記吧！記得在各個子音中加上母音 /ɔɔ/ 發音看看喲。**（解答 → P.154）

025.MP3

① ฉ	② ถ	③ ห	④ ข	⑤ ผ	⑥ ฝ	⑦ ส
⑧ ข	⑨ ฝ	⑩ ถ	⑪ ส	⑫ ฉ	⑬ ห	⑭ ผ
⑮ ส	⑯ ห	⑰ ข	⑱ ผ	⑲ ถ	⑳ ฉ	㉑ ฝ

第 3 區

Exercise 24 請將下列的標音系統改成泰語字母吧！（解答 → P.154）

（解答 → P.154）

① khˇ ________	② sˇ ________	③ chˇ ________
④ fˇ ________	⑤ phˇ ________	⑥ hˇ ________
⑦ thˇ ________	⑧ chˇ ________	⑨ phˇ ________
⑩ hˇ ________	⑪ khˇ ________	⑫ thˇ ________

高子音＋長母音

026.MP3

因為高子音本身就具有泰語四聲的聲調，所以唸讀「高子音＋長母音」及「高子音＋尾音（/-n/, /-m/, /-ŋ/, /-w/, /-y/）」時，聲調也要唸成四聲（ˇ）。

ขอ 請、請求

ขอ ขอ ขอ ขอ ขอ ขอ

khɔ̌ɔ

สาว 少女；（小名）小妹

สาว สาว สาว สาว สาว

sǎaw

027.MP3

Exercise 25 一邊聽音檔，一邊唸讀看看吧！（解答 → P.155）

/khˇ/	ขา	โข	ขึน	เขย	แขน
/chˇ/	แฉ	เฉ	ฉี	โฉม	ฉาย
/thˇ/	โถม	ถู	ถอย	แถม	เถร
/phˇ/	ผี	โผ	แผง	เผย	ผอม

/fˇ/	ฝา	ฝี	ฝอย	ฝูง	ฝืน
/sˇ/	สี	สือ	แสน	เสย	สูง
/hˇ/	หู	หา	หาร	เหิน	โหร

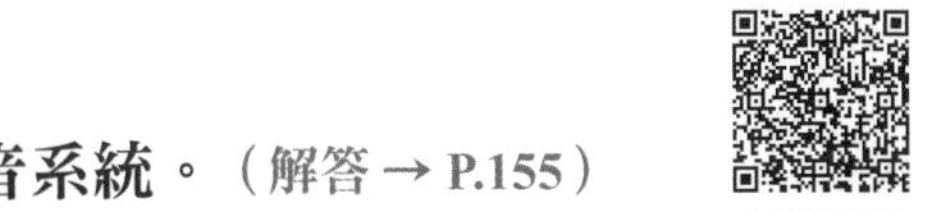

Exercise 26 **請將下列的泰語單字改成標音系統。**（解答 → P.155）

028.MP3

① อีสาน ________
東北部

② สอน ________
教、教導

③ สาม ________
3

④ เลขา ________
秘書

⑤ แถว ________
排、行；一帶、附近

⑥ ฝีมือ ________
手藝、技巧

⑦ วางแผน ________
策劃、計劃

⑧ มือถือ ________
手機、行動電話

⑨ อาหาร ________
食物、食品、料理、飯菜、菜餚

⑩ ขอยืม ________
借、請求借

Exercise 27 **請將下列的標音系統改成泰語單字。尾音 /-n/ 的題目請使用字母 น。**（解答 → P.155）

029.MP3

① thʉ̌ʉ ________
持、拿；掌（握）

② hǎa ________
尋找；會面

③ hɔ̌ɔm ________
香、芬芳

④ thǎam ________
提問

第3區

⑤ khɔ̌ən ________
害羞

⑥ sɔ̌ɔŋ ________
2

⑦ khǎay ________
賣

⑧ chɔ̌əy ________
漠不關心、不理不睬、不動

⑨ sǎa-mii ________
丈夫

⑩ khɔ̌ɔŋ ________
的、東西

雙母音

雙母音是由兩個母音構成的母音，這類的母音一共有三個。

雖然雙母音的結構中也包括了一些先前已經學習過的長母音中出現過的母音符號，但是雙母音與長音母是互不相同的，請記得要明確地將兩者間的組合分辨清楚喔！

Exercise 28 來練習寫雙母音吧！

030.MP3

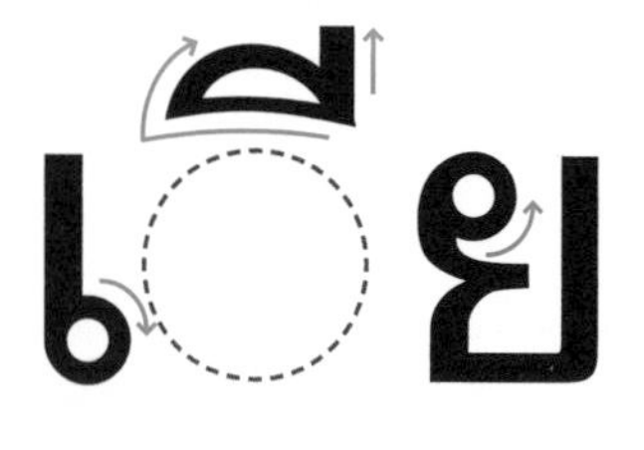

ia

書寫順序：เ → 子音 ◌ → ี → ย

發音參考：很順暢地唸出「依～鴨」的音。

ɯa

書寫順序：เ→ 子音◌→ ◌ี → อ

發音參考：嘴巴橫向張開唸出「ㄜ～啊」的音。

ua

書寫順序：子音◌→ ◌ั →ว

發音參考：嘴巴嘟起來唸出「嗚～哇」的音。

第3區

031.MP3

เสีย 故障

sǐa

เสีย เสีย เสีย เสีย เสีย

เรือ 船

rɯa

เรือ เรือ เรือ เรือ เรือ

 蓮花 

bua

雙母音 ◌ัว /ua/ 若加上尾音的話，便會轉變為 ◌ว◌ 的形態，例如「（飛機的機體、車身的身等）…體、…身」唸做 [tua]，拼出泰文字母時為「ตัว」；而當有加上為 /-n/ 的尾音時則會改變形態，就像以發音為 [chuan] 的詞彙「說服」為例，拼寫成泰語字母時則是「ชวน」。

ชวน 邀請、勸誘 ชวน ชวน ชวน ชวน ชวน

chuan

ch（首子音）+ **ua**（母音）+ -n（尾音）

剩餘母音

同時具有母音及尾音機能的泰語字母，在本書中定義為「剩餘母音」，在此分類中的字母總共有 4 個。

032.MP3

Exercise 29 **來練習寫剩餘母音吧！**

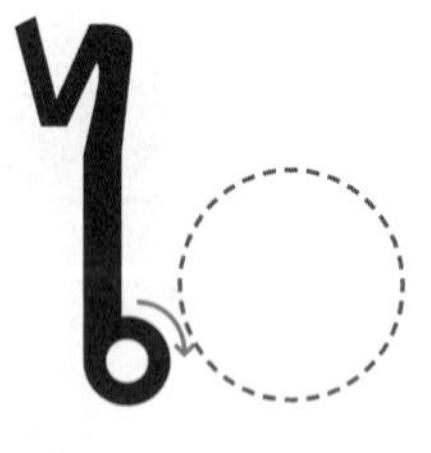

ay 書寫順序：ไ → 子音 ◌

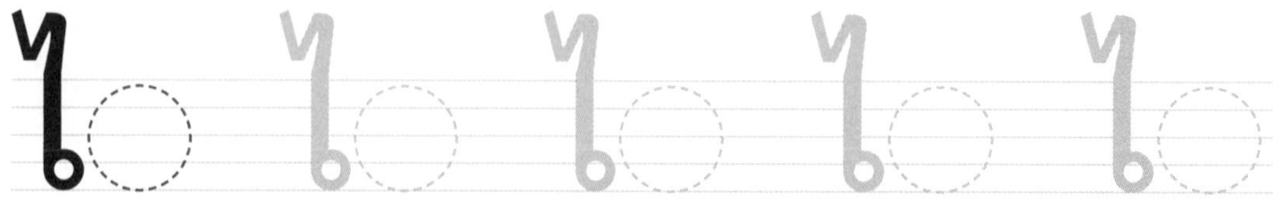

ay　書寫順序：ใ→ 子音◌

第3區

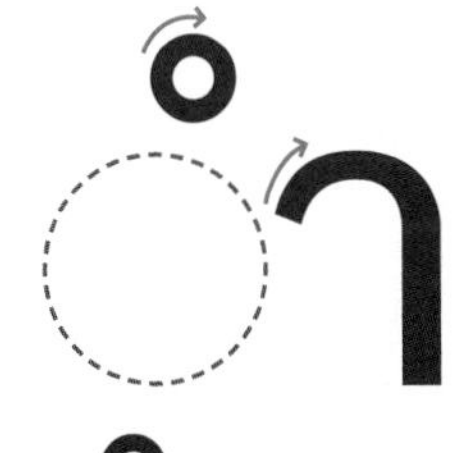

am　書寫順序：子音◌→ 子音的右上方加 ° → า

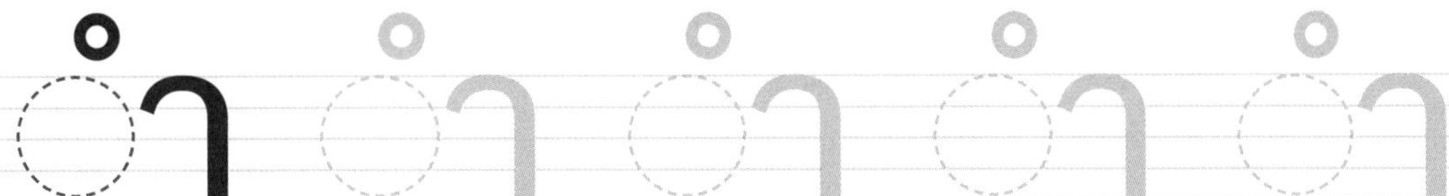

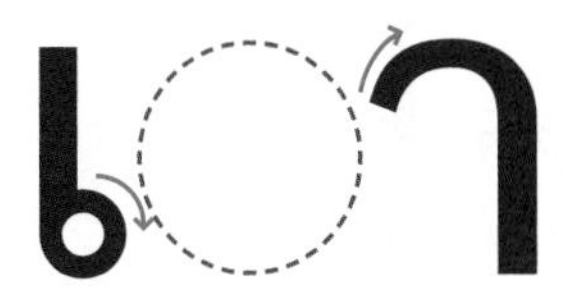

aw　書寫順序：เ→子音◌→ า

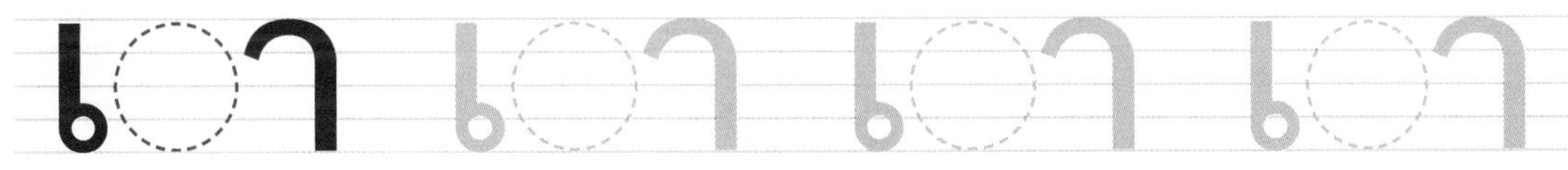

033.MP3

ไห 甕

hǎy

ไห ไห ไห ไห ไห ไห

ใจ 心

cay

ใจ ใจ ใจ ใจ ใจ ใจ

ยำ （動詞）涼拌

yam

ยำ ยำ ยำ ยำ ยำ ยำ

เงา 影子

ŋaw

เงา เงา เงา เงา เงา เงา

外形相似的母音字母開始變多了，請小心分不要混淆喔！

好，那就來練習囉！

等一下，別忘了發音時的音調，中子音跟低子音是平聲、高子音是泰語四聲（ˇ），不要忘記了喔！

034.MP3

Exercise 30 **一邊聽音檔，一邊唸讀看看吧！**（解答 → P.155）

中子音＋ /ia/ （＋尾音）	เปีย	เกีย	เบีย	เอียน	เตียง

高子音＋ /ɯa/（＋尾音）	เฉือน	เขือ	เผือ	เฝือง	เถือน
低子音＋ /ua/	รัว	มัว	วัว	ลัว	คัว
中子音＋ /ua/ ＋尾音	กวน	จวน	ปวง	อวน	บวม
高子音＋ /ay/	ไข	ไฝ	ไส	ไถ	ไฉ
低子音＋ /ay/	ใย	ใง	ใน	ใล	ใม
中子音 / 低子音＋ /am/	กำ	จำ	นำ	ยำ	รำ
高子音＋ /aw/	เขา	เสา	เผา	เถา	เฉา
?	เมือง 城市	เรียน 學、學習、念書	สวน …（果、菜）園、公園	หัว 頭、頭顱	ไฟ 火、電

035.MP3

Exercise 31 請將下列的泰語單字改成標音系統。（解答 → P.155）

① ไป ________
去

② เสือ ________
老虎

③ เตือน ________
警告

④ ควร ________
該、應該

⑤ เสียง ________
聲音

⑥ สีดำ ________
黑色

⑦ หวย ________
彩券

⑧ โตเกียว ________
東京

⑨ ใจดี ________
親切

⑩ เรา ________
我們

Exercise 32 **請將下列的標音系統改成泰語單字。尾音 /-n/ 的題目請使用字母 น。**（解答 → P.155）

036.MP3

① tua ________
（飛機的機體、車身的身等）…體、…身

② khǎw ________
他、她

③ duaŋ ________
運勢

④ tham ________
做

⑤ mia ________
（口語）妻子、太太

⑥ sǔay ________
美麗、漂亮

⑦ rooŋ-rian ________
學校

⑧ phǔa ________
（口語）丈夫、老公

⑨ duu muay ________
看拳擊賽

⑩ thɛ̌ɛm ________
贈送

Exercise 33 **請試讀以下的短句。**（解答 → P.156）

037.MP3

① สาววางแผนไปโตเกียว
小妹計畫去東京。（此處的小妹是人名）

② ผัวขอยืมมือถือเมีย
老公借老婆的手機。

③ เลขาของสาวใจดี
小妹的秘書很親切。（此處的小妹是人名）

④ เขาขายหวยแถวโรงเรียน

他在學校的附近賣彩券。

⑤ ฝีมือทำอาหารของสามีดี

丈夫很會做菜／丈夫的手藝不錯。

到此已經把子音重要的部分都學得差不多了，這下離折返的地點不遠囉！

038.MP3

有應用到母音 ใ 的 20 個單字

ใกล้	klây	近	ใคร	khray	誰？	ใคร่	khrây	想要
ใจ	cay	心	ใช่	chây	對、沒錯	ใช้	cháy	使用、用
ใด	day	什麼、哪	ใต้	tây	下方、南方	ใน	nay	之內、裡面
ใบ	bay	葉子	ใบ้	bây	啞（的）；提示	ใฝ่	fày	祈求、祈望
ใย	yay	纖維	ใส	sǎy	清澈、透明	ให้	hây	給
สะใภ้	sàʔ-pháy	媳婦	ใส่	sày	穿（衣服）、放入	ใหญ่	yày	大
ใหม่	mày	新	หลงใหล	lǒŋ-lǎy	迷戀、熱戀			

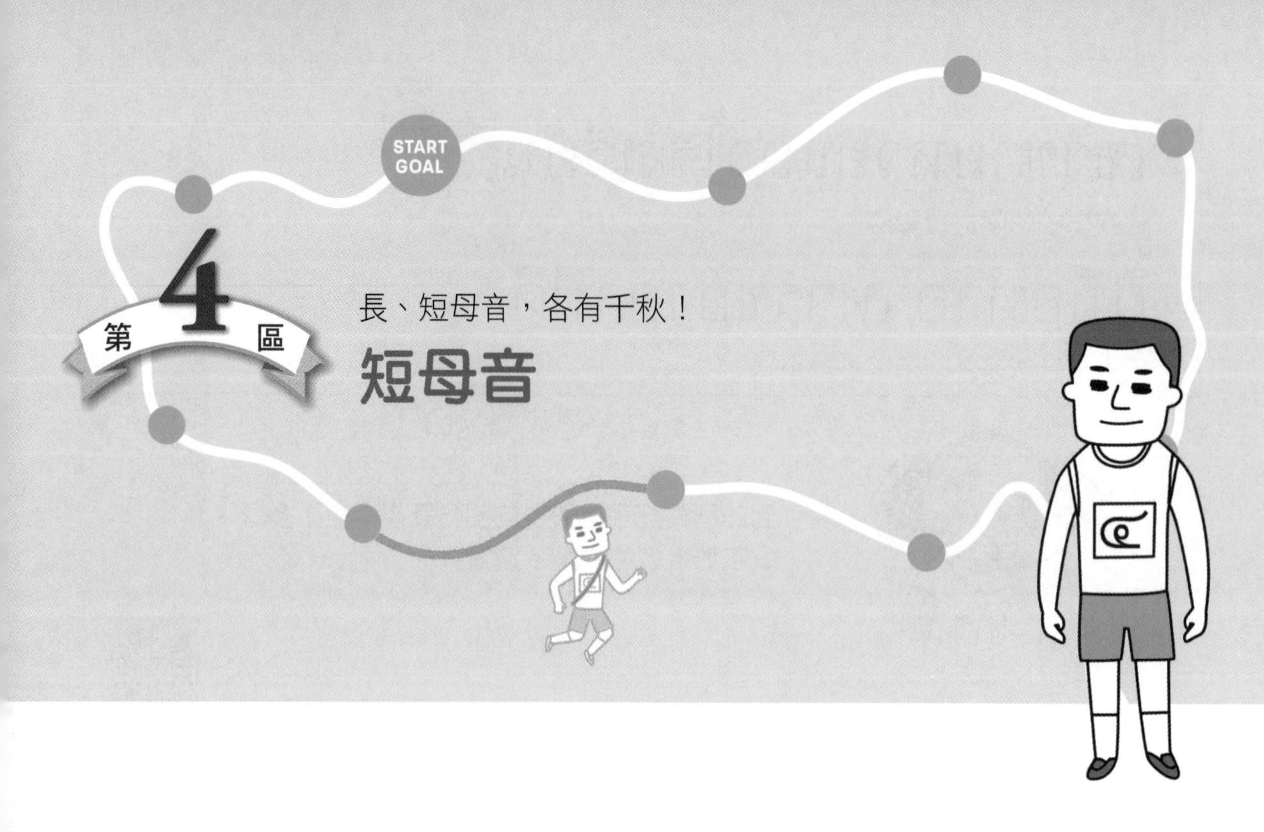

在第 4 區我們要來學習短母音。在這一區裡，我們將以學習短母音的形態及通曉當以短母音結尾時的聲調規則，作為學習的目標。

短母音

短母音一共有 9 個。當一個詞彙直接以短母音結尾的時候，基本上形同已經有接了一個帶有喉嚨閉鎖的 /-ʔ/ 的尾音。

Exercise 34 來練習寫短母音吧！

039.MP3

aʔ　書寫順序：子音（ก 等）◌→ ะ

發音參考：發出短促的「啊」音。

ิ iʔ　書寫順序：子音◌→ ิ

發音參考：嘴巴橫向張開唸出「依」的音。

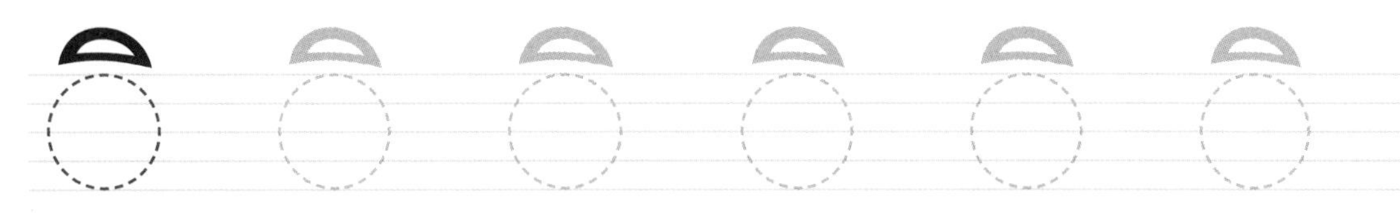

ึ ɯʔ　書寫順序：子音◌→ ึ

發音參考：嘴巴橫向張開唸出「嗚」的音。

ุ uʔ　書寫順序：子音◌→ ุ

發音參考：嘴巴嘟起唸出「伍」的音。

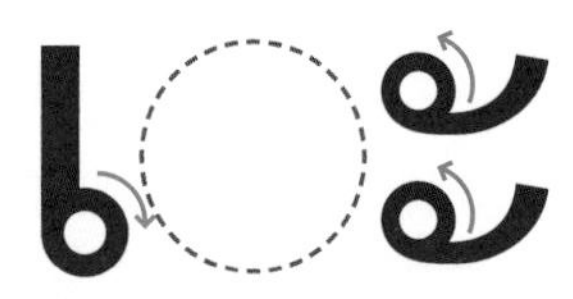

eʔ　　書寫順序：ເ→子音◌→ະ

發音：嘴巴橫向張開唸出「ㄟ」的音。

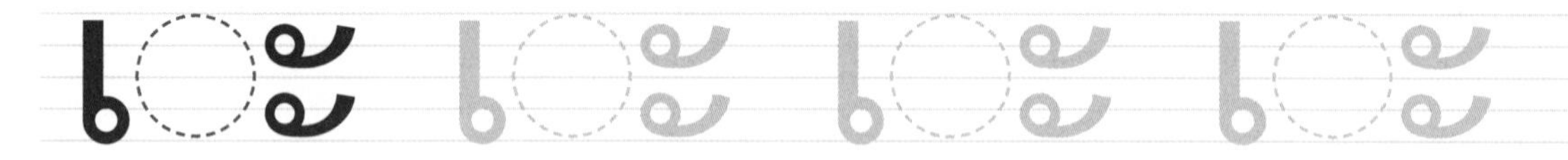

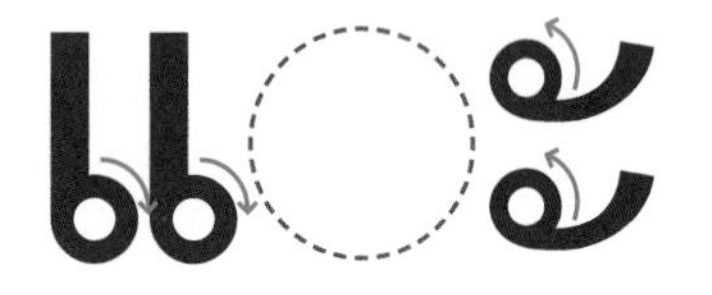

ɛʔ　　書寫順序：ແ→子音◌→ະ

發音：嘴巴縱向張大唸出「ㄟ依」的音。

oʔ　　書寫順序：ໂ→子音◌→ະ

發音：：嘴巴嘟起唸出「喔」的音。

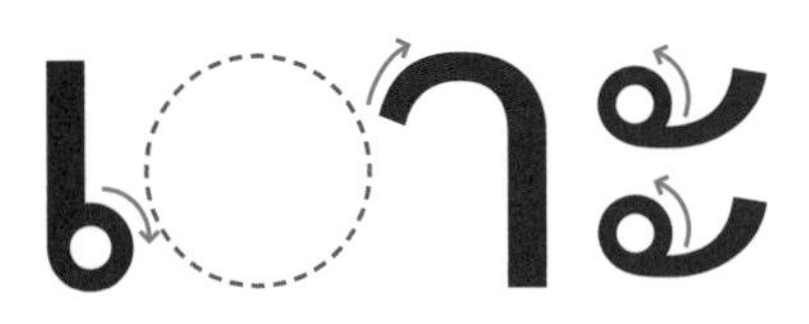

ɔʔ　書寫順序：เ→子音◌→าะ

發音：嘴巴張大唸出「嘔」的音。

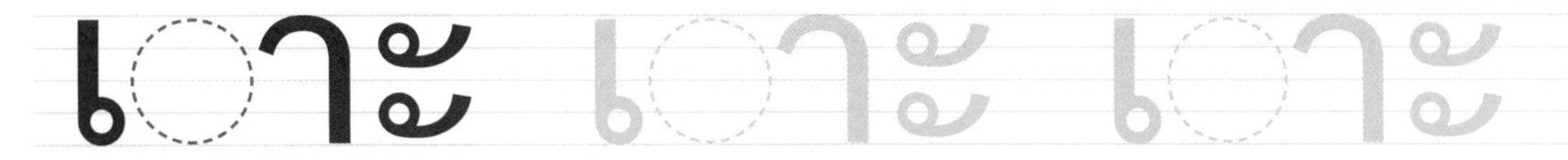

ɛʔ　書寫順序：เ→子音◌→อะ

發音：嘴巴微微半張並放鬆發出「ㄜ」的音。

第4區

/eʔ/ /ɛʔ/ /oʔ/ /əʔ/ 這四個短母音只是以長母音的形態加上 ะ 就完成了耶！

對呀！ ะ 這個符號就是有縮短發音功用。雖然幾乎是不太常見，但是（เ◌ียะ /iaʔ/）、（เ◌ือะ /ɯaʔ/）、（◌ัวะ /uaʔ/）這三個雙母音也是一樣只要加上 ะ 就變成短母音囉！

以短母音結尾的聲調整理如下表：

子音的種類	促音節（將於第 5 區有更多的說明）
中子音	泰語一聲　ˋ
高子音	泰語一聲　ˋ
低子音	泰語三聲　ˊ

040.MP3

กะ 推測、輪班

กะ กะ กะ กะ กะ กะ

kàʔ

k（中子音）＋ aʔ（短母音、濁尾音）＝泰語一聲

แฉะ 泥濘；溼

แฉะ แฉะ แฉะ แฉะ แฉะ

chɛ̀ʔ

ch（高子音）＋ ɛʔ（短母音、促音節）＝泰語一聲

เยอะ 大量、許多

เยอะ เยอะ เยอะ เยอะ

yə́ʔ

y（低子音）＋ əʔ（促音節）＝泰語三聲

那麼，我們這就來進行短母音音節結尾的相關練習吧！

041.MP3

Exercise 35 一邊聽音檔，一邊唸讀看看吧！（解答 → P.156）

中子音	แกะ	บิ	อึ	จะ	เตะ
中子音	เบาะ	ดุ	เจอะ	แปะ	ดิ
高子音	ฉะ	เถอะ	ผุ	สิ	ฉุ
高子音	เสาะ	เหอะ	แฉะ	แหะ	เถาะ
低子音	เงาะ	แทะ	เคาะ	เนอะ	แคะ
低子音	ละ	โละ	ซิ	ยุ	เพาะ
?	เยาะ 嘲笑	รึ 是…嗎？	เทอะทะ 龐大	เละเทะ 凌亂、髒亂	ปะ 貼、遇、見
?	แงะ 剝落	เหาะ 飄上、飛起	เลอะ 髒污	แพะ 山羊	ติ 指責、責難

第4區

042.MP3

Exercise 36 請將下列的泰語單字改成標音系統。（解答 → P.156）

① จะ ________
將

② คะ ________
（女性的禮貌發語詞）是

③ แกะ ________
綿羊

④ กะทิ ________
椰奶；（小名）小椰奶

⑤ ใบโหระพา ________
羅勒

⑥ เงาะ ________
紅毛丹

⑦ เฉอะแฉะ ________
泥濘不堪

⑧ ทะเลาะ ________
吵架、打架

⑨ ทะเล ________
海

⑩ อายุ ________
年齡

Exercise 37 請將下列的標音系統改成泰語單字。（解答 → P.157）

043.MP3

① wɛ́ʔ ________
順道

② lɛ́ʔ ________
和、與；跟

③ máʔ-khʉ̌a ________
茄子

④ thə̀ʔ ________
（用於句尾）一起做…吧！

⑤ máʔ-ráʔ ________
苦瓜

⑥ kɔ̀ʔ ________
島

⑦ yə́ʔ-yɛ́ʔ ________
許多、大量

⑧ tèʔ ________
踢

⑨ náʔ ________
～是吧、～喲

⑩ hǔa-rɔ́ʔ ________
笑

Exercise 38 請試讀以下的短句。（解答 → P.157）

044.MP3

① กะทิจะทานแกงมะระ
小椰奶將吃苦瓜咖哩。（此處的小椰奶是人名）

② มีแกะเยอะแยะในสวนเงาะ
紅毛丹園裡有很多綿羊。

③ เกาะพีพี ทะเลสวย
皮皮島的海洋很漂亮。

④ มีเวลาแวะมาโรงเรียนนะคะ

有時間的話，請順道到學校一趟喔。

⑤ ขอใบโหระพาไปทำยำมะเขือ

要拿羅勒去做茄子拌辣。

形態會改變的短母音

有 6 個短母音在最後的音節有接續尾音時，形態會產生變化。

◌＝首子音、⬚＝尾音

無尾音		有尾音	
aʔ	◌ะ	a	◌ั⬚
eʔ	เ◌ะ	e	เ◌็⬚
ɛʔ	แ◌ะ	ɛ	แ◌็⬚
oʔ	โ◌ะ	o	◌⬚
ɔʔ	เ◌าะ	ɔ	◌็อ⬚
əʔ	เ◌อะ	ə	เ◌ิ⬚

聲調是跟第 3 區之前的讀法是一樣的。

045.MP3

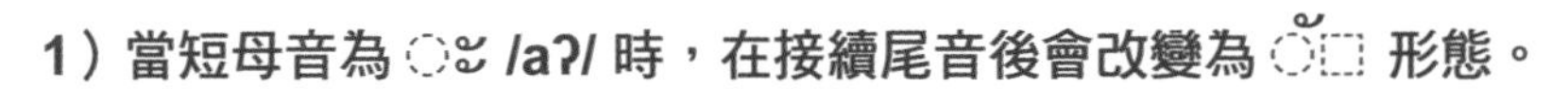

1）當短母音為 ◌ะ /aʔ/ 時，在接續尾音後會改變為 ◌ั⬚ 形態。

กัน 相互、一起

kan

第4區

2）เ◌ะ /eʔ/、แ◌ะ /ɛʔ/、เ◌าะ /ɔʔ/ 這三個短母音是以長母音的形態再加上 ◌็ 這個將發音短縮的記號所形成的，而當他們有尾音時，分別會改變成「เ◌็□ /e/、แ◌็□ /ɛ/、◌็อ□ /ɔ/」的形態。

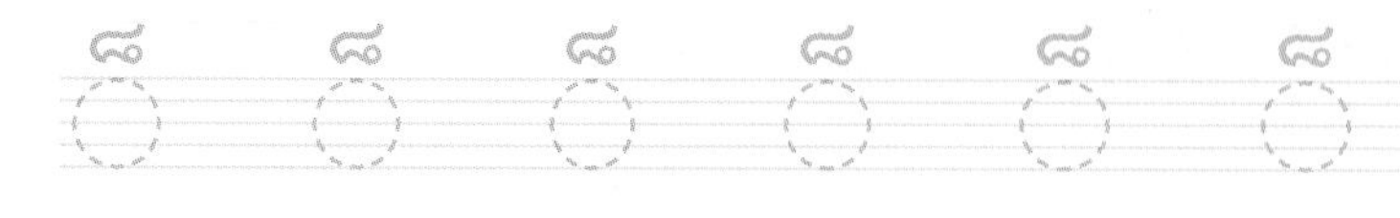

◌็（ไม้ไต่คู้ [mái dtàai kóo]）這個符號也是從圓圈的地方起筆開始畫喔！

เค็ม 鹹

เค็ม เค็ม เค็ม เค็ม เค็ม

khem

แข็ง 硬

แข็ง แข็ง แข็ง แข็ง แข็ง

khěŋ

咦！上面的練習中沒有 ◌็อ□ /ɔ/ 的舉例嗎？

因為有應用 ◌็อ□ /ɔ/ 的例子幾乎都是外來語喔！所以我們到第 5 區以後再重新開始學習吧！

3）當 โ◌ะ /oʔ/ 這個短母音有後接尾音時，母音就會省略掉。便以 ◌□ 這個只有首子音及尾音結合的省略形態表示，並一樣發 /o/ 的音。

คน 人

khon

คน คน คน คน คน คน

4）當 เ◌อะ /əʔ/ 這個短母音有後接尾音時，便會以 เ◌ิ□ 這個形態表示。

這個短母音的形態會與接了尾音的長母音 /əə/ 形態相同，所以請分別依單字去記憶是長母音還是短母音。

เงิน 錢

ŋən

เงิน เงิน เงิน เงิน เงิน

在此提醒一下，短母音 /i/ /ɯ/ /u/ 不論有沒有後接尾音，其形態都不會改變喔！

กิน 吃、喝

kin

กิน กิน กิน กิน กิน

จึง 所以、因此

cɯŋ

จึง จึง จึง จึง จึง

ยุง 蚊子

yuŋ

ยุง ยุง ยุง ยุง ยุง

046.MP3

Exercise 39 一邊聽音檔，一邊唸讀看看吧！（解答 → P.157）

/a/	กัน	จัน	ดัง	ฉัน	ฝัน	ขัน	ยัง	รัง	คัม
/i/	จิน	บิน	ติน	ผิง	ขิม	สิง	ชิง	ลิง	มิว
/ɯ/	ดึง	ตึง	บึง	หึง	ถึง	ขึม	มึง	ลึม	ซึม
/u/	บุย	อุน	จุง	หุง	ถุง	ฉุน	ยุง	มุม	คุย
/e/	เต็ม	เก็ง	เป็น	เส็ง	เห็น	เข็ม	เล็ง	เค็ม	เซ็น
/ɛ/	แจ็ง	แด็น	แต็ม	แผ็น	แฉ็ง	แถ็ม	แว็น	แง็ง	แย็น
/o/	จม	ดง	ปน	ฝน	ขน	ผง	ลน	งง	ซน
/ɔ/	ป็อง	บ็อน	ต็อม	ถ็อง	ส็อน	ฝ็อม	ย็อง	ม็อม	ฮ็อน
/ə/	เกิม	เอิน	เปิง	เสิน	เผิม	เถิง	เริม	เคิง	เยิน
?	ชม	เงิน	แข็ง	เย็น	ลุง	ริน	ดึง	วัน	ผง
	觀賞、欣賞、讚賞、讚美	錢、銀	硬	冷	伯父、舅舅	注入、倒入	拉；彈	日、天	粉

Exercise 40 請將下列的泰語單字改成標音系統。（解答 → P.158）

047.MP3

① จึง ______
然後

② ชงชา ______
泡茶

③ แข็งแรง ______
強壯的、健康的

④ เห็น ______
看得到；看到

⑤ ใจเย็น ______
冷靜

⑥ คุย ______
談、談論

⑦ ทัน ______
來得及

⑧ กำลัง ______
現在正在做…

⑨ ฝน ______
雨、下雨；（綽號）小雨

⑩ วันอังคาร ______
星期二

Exercise 41 請將下列的標音系統改成泰語單字。尾音 /-n/ 的題目請使用字母 น。（解答 → P.158）

048.MP3

① luŋ ______
伯父、叔叔

② kin ______
吃

③ nom ______
牛奶

④ khon ______
人

⑤ kan ______
一起

⑥ faŋ ______
聽

⑦ pen ______
（身分、資格）是

⑧ phǒm ______
（男性）我

⑨ ŋən ______
錢、銀

⑩ yaŋ ______
還有、此外

Exercise 42 請試讀以下的短句。（解答 → P.158）

① ลุงเป็นคนใจเย็น
叔叔是冷靜的人。

② กินนมแพะ จะแข็งแรง
喝羊奶會變得健壯。

③ วันอังคารไปเตะบอลกันนะ
星期二一起去踢足球吧！

④ เห็นคนกำลังทะเลาะกันในสวน
看到了園子裡有人在吵架。

⑤ ฝนสวย ใจดี แถมยังมีเงิน
小雨既漂亮又溫柔，此外還很富有。

來到這裡，折返點就近在眼前了！

在第 5 區裡，除了一邊會複習第 4 區所學到的之外，也會新學到音節的種類及聲調的規則喔！

050.MP3

慣用發音

一般來説，由兩個以上的音節組合而成的單字，除了最後一個音節之外，前面的音節多半會變得輕聲化，並用平聲發音。

	文字的發音標記	口語上的發音	
ทะเล	tháʔ-lee	tha-lee	海
มะละกอ	máʔ-láʔ-kɔɔ	ma-la-kɔɔ	木瓜

雖然也有些人會依照聲調規則發音，但是除了最後的音節之外，若有短母音出現時，許多的人都會用平聲來發音。

語言是活用的溝通工具，可以依狀況來改變表現方式。

泰文字母是以讀、寫、聽、説來記憶的！

※ 為了學好字母的基礎，本書的發音原則上是以符合泰語字母發音規則的標音系統加以標記。

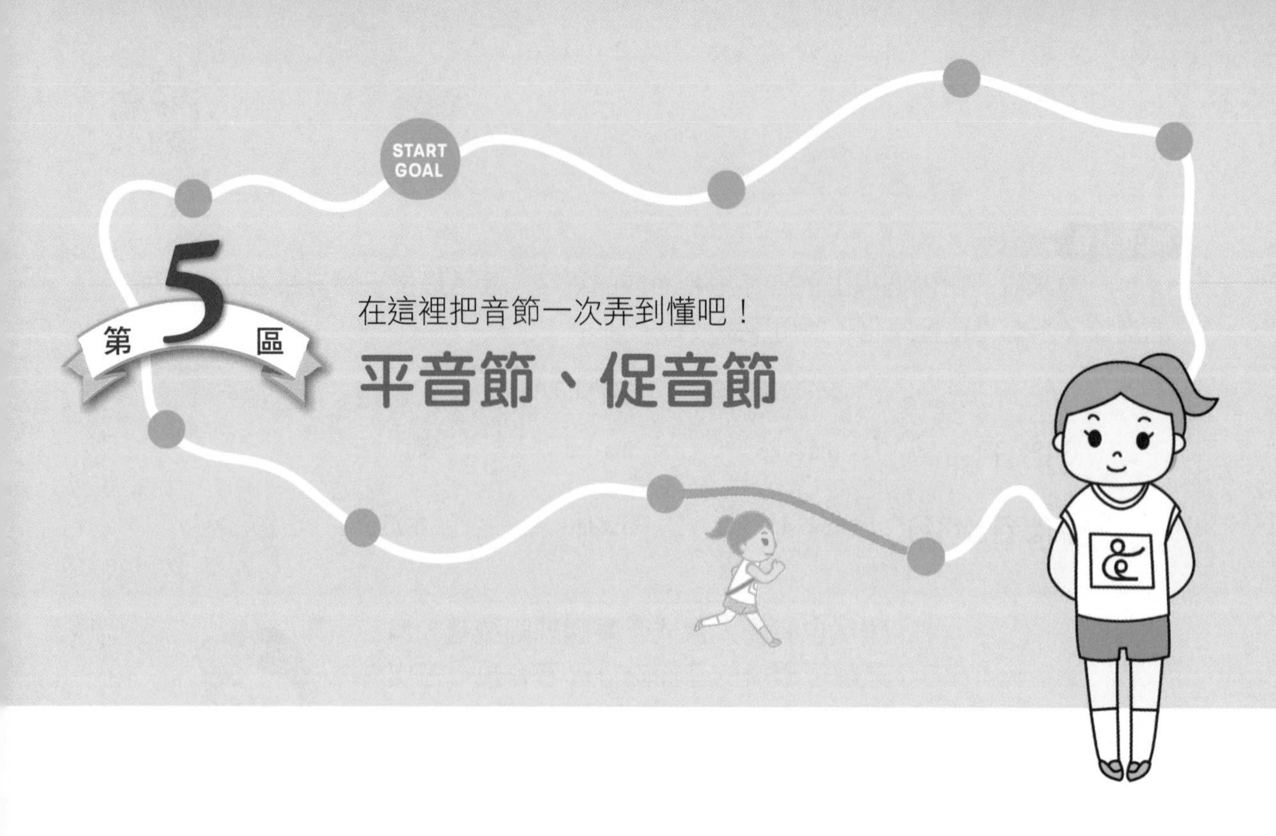

第5區

在這裡把音節一次弄到懂吧！

平音節、促音節

在第 5 區裡，我們要詳細學習泰語的音節與聲調之間的關係。在這一區裡，精通音節的種類及與其相關的聲調唸法，是本區的學習目標。

音節

如之前所學的一樣，我們知道「音節」是由子音、母音及聲調所構成的音的聚合單位。而單字是由 1 個或 2 個以上的音節所構成，因此學習時必須從構成的基本單位－音節來解讀才能事半功倍。

051.MP3

1 個音節的單字

นา 田地

นา นา นา นา นา นา

naa
n（首子音：低子音）＋
aa（母音）＝平聲

นาง 夫人

นาง นาง นาง นาง นาง

naaŋ
n（首子音：低子音）＋
aa（母音）＋ -ŋ（尾音）
＝平聲

3 個音節的單字

สิงหาคม 8月

สิงหาคม　สิงหาคม

sǐŋ-hǎa-khom

第 1 音節：sˇ（首子音：高子音）＋ i（母音）＋ -ŋ（尾音）＝四聲

第 2 音節：hˇ（首子音：高子音）＋ aa（母音）＝四聲

第 3 音節：kh（首子音：低子音）＋ o（母音）＋ -m（尾音）＝平聲

兩個音節以上的單字，不將它的音節一個個分開弄清楚是不行的喔！

就是說呀！小心大意失荊州喔！

音節的種類

音節依照中止的方式不同，分成平音節和促音節兩種。此外，依其種類的不同，聲調規則也有所不同。

編註 本書以整體音節的角度說明，雖不完全相等，然而平音節的應用趨近於一般說法中的清尾音、而促音節的應用趨近於一般說法中的濁尾音。

1）平音節	以長母音、雙母音、剩餘母音、尾音（/-ŋ/, /-n/, /-m/, /-y/, /-w/）中止的音節
2）促音節	以尾音（/-k/, /-t/, /-p/, /-ʔ/ 及短母音）中止的音節

1）平音節

平音節是我們自第 1 區到第 3 區之間所學到以長母音、雙母音、剩餘母音、尾音（/-ŋ/, /-n/, /-m/, /-y/, /-w/）中止的音節。其聲調規則（表 1）和構成平音節的尾音（表 2）的整理如下表所示：

【表 1】

		平音節
音節結尾		①長母音、雙母音、剩餘母音 ②長母音＋ /-ŋ/, /-n/, /-m/, /-y/, /-w/ ③短母音＋ /-ŋ/, /-n/, /-m/, /-y/, /-w/
子音的種類	中子音 ก จ ด ต บ ป อ	平聲
	高子音 ข ฉ ถ ผ ฝ ส ห	四聲
	低子音 ค ช ท พ ฟ ซ ฮ น ม ง ล ร ย ว	平聲

【表 2】

尾音	
-ŋ	-ง
-n	-น -ร -ล
-m	-ม
-y	-ย
-w	-ว

	①		②		③	
中子音	ปี pii	年、…歲	บาง baaŋ	薄、稀薄	บัง baŋ	遮、遮蓋、擋
高子音	ใส sǎy	透明	แขน khɛ̌ɛn	手臂	แข็ง khɛ̌ŋ	硬
低子音	เมีย mia	老婆、妻子、太太	แรง rɛɛŋ	強	รัง raŋ	巢、窩

2）促音節

促音節是指第 4 區所學過的，由 1） 含有喉嚨閉鎖音 /-ʔ /（＝短母音）中止的音節及 2）加上尾音 /-k/, /-t/, /-p/ 的兩種音節。

在第 5 區，我們要新認識一些能形成促音節的尾音（表 3）如下：

【表 3】

促音節	
-k	-ก, -ข, -ค
-t	-จ, -ด, -ต, -ถ, -ส, -ช, -ท, -ซ
-p	-บ, -ป, -พ, -ฟ

將尾音依發音模式加以分類的話，結果大致就是如下這三組：
首子音 /k/, /kh/ → /-k/
首子音 /d/, /t/, /th/, /s/, /c/, /ch/ → /-t/
首子音 /b/, /p/, /ph/, /f/ → /-p/

大體上都是與首子音發音相似的音直接當尾音呀！不過 /s/, /c/, /ch/ 卻會變成尾音 /-t/ 這一點感覺有點牽強呢！

尾音因為一個相同的音可以對應多個字母，所以該用哪個？請在背單字時個別背下。

Exercise 43 **請將下列的泰語字母改成尾音的標音系統。**（解答 → P.158）

① -ข ________　② -ด ________　③ -บ ________

④ -ท ________　⑤ -พ ________　⑥ -ช ________

⑦ -ค ________　⑧ -ก ________　⑨ -ส ________

⑩ -จ ________　⑪ -ป ________　⑫ -ถ ________

⑬ -ต ________　⑭ -ฟ ________　⑮ -ซ ________

促音節的聲調規則

關於促音節的聲調規則，請見下表 4。當首子音為中子音或高子音的情況下唸泰語一聲（ˋ）。首子音為低子音的情況下，會因為接續的母音的長、短不同，聲調也會有所不同，當是長母音的情況下，要唸泰語二聲（ˆ），若是短母音時，則必須念泰語三聲（ˊ）。

【表 4】

子音的種類	促音節	
	④短母音（/-ʔ/）、⑤短母音＋ /-k/, /-t /, /-p/	⑥長母音 / 雙母音＋ /-k/, /-t /, /-p/
中子音	泰語一聲　ˋ	
高子音	泰語一聲　ˋ	
低子音	泰語三聲　ˊ	泰語二聲　ˆ

音節以中子音及高子音開頭的詞彙，全部是念泰語一聲喲！如果音節是低子音開頭的詞彙則需依母音屬長音還是短音來做進一步的判斷。

了解！

因為上述④的聲調規則我們已經在第 4 區時練習過了，所以接下來我們來練習⑤跟⑥的聲調規則吧！

接下來我們來練習用每個子音依情況接續音節為⑤短母音＋ /-k/, /-t/, /-p/ 尾音及⑥長母音／雙母音＋ /-k/, /-t/, /-p/ 尾音的單字。

053.MP3

⑤ 中子音

ป（中子音）＋ ิ（短母音）＋ ด（尾音，促音節） ＝ 泰語一聲（ ` ）

p　i　-t

ปิด 關閉

pìt

⑥ 中子音

บ（中子音）＋ อ（長母音）＋ ก（尾音，促音節） ＝ 泰語一聲（ ` ）

b　ɔɔ　-k

บอก 告訴

bɔ̀ɔk

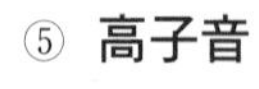

⑤ 高子音

ผ（高子音）＋ ั（短母音）＋ ด（尾音，促音節） ＝ 泰語一聲（ ` ）

ph　a　-t

ผัด 炒

phàt

⑥ 高子音

ฝ（高子音）＋ า（長母音）＋ ก（尾音，促音節） ＝ 泰語一聲（ ` ）

f　aa　-k

ฝาก 存錢；寄放

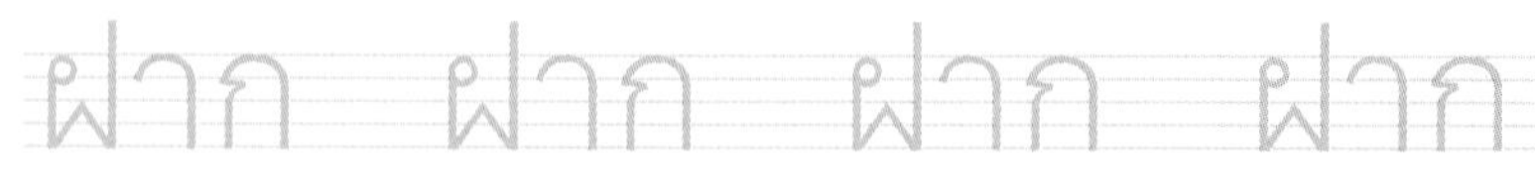

fàak

⑤ 低子音

น（低子音）＋ ั（短母音）＋ บ（尾音，促音節） ＝ 泰語三聲（ ´ ）

n a -p

นับ 數（數）

náp

⑥ 低子音

ม（低子音）＋ ี（長母音）＋ ด（尾音，促音節） ＝ 泰語二聲（ ^ ）

m ii -t

มีด 刀子

mîit

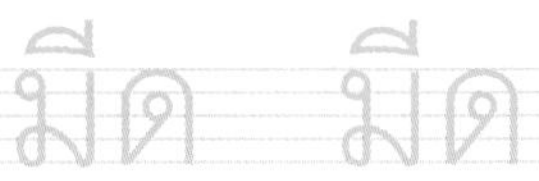

Exercise 44 **請聽音檔，並依循聲調規則邊唸邊記吧！**（解答 → P.159）

054.MP3

中子音＋長母音 雙母音	ตอก 釘（釘子）	เปียก 溼	จีบ 挑逗、求愛、追求	บาด 割	แดด 陽光、日光
中子音＋短母音	กับ 和、與；跟	เก็บ 收集	บุบ 凹陷	จบ 結束；畢業	จัด 布置；整理
高子音＋長母音 雙母音	สูบ 吸	ขวบ …歲 （12 歲以下用語）	เถิด …吧！	เผือด 蒼白	แฝด 雙胞胎的；雙、對
高子音＋短母音	สุก 成熟、熟稔	ถัก 編、編織	ผิด 錯	ขับ 駕駛	เห็ด 蘑菇
低子音＋長母音 雙母音	ราด 淋	พืช 植物	ฟูก 床墊	เลข 數字	นอก 外側、外面
低子音＋短母音	รัก 愛	เย็บ 縫	นึก 想起	คิด 思考、考慮	มัด 綁、束縛

第5區

055.MP3

Exercise 45 **一邊聽音檔，一邊跟著唸讀兩個音節的單字並加以記憶吧！**（解答 → P.159）

ขับรถ	รูปภาพ	ฉูดฉาด	ผัดผัก	เด็กเล็ก
駕駛、開車	照片	鮮豔、耀眼	炒蔬菜	幼兒
รถติด	สอบตก	ทุกคน	ถูกปาก	จับผิด
塞車	落榜	人人、大家	合口味	找碴、挑毛病
จืดชืด	ฉีกขาด	ตากแดด	คัดเลือก	สะดวก
（味道）淡	撕破	曝曬	選拔	便利

＊關於字母 ภ〔ph〕的說明，請參考 P111

聲調規則的學習要訣已經清晰可見囉！
①抓準音節的斷點。
②確認屬於平音節還是促音節。
③確認子音是高子音、中子音，還是低子音
（④低子音的情況下，還要記得再確認母音是長母音還是短母音）
→ 如此一來便能精準了解聲調的唸法。

厲害喔！就是那樣沒錯！

以下是到目前為止的總整理！

【表 5】

<table>
<tr><th colspan="2"></th><th>平音節</th><th colspan="2">促音節</th></tr>
<tr><td colspan="2">音節結尾</td><td>①長母音、雙母音、剩餘母音
②長母音＋ /-ŋ -n -m -y -w/
③短母音＋ /-ŋ -n -m -y -w/</td><td colspan="2">④短母音（/-ʔ/）
⑤短母音＋ /-k -t -p/
⑥長母音、雙母音＋ /-k -t -p/</td></tr>
<tr><td rowspan="4">子音的種類</td><td>中子音
ก จ ด ต บ ป อ</td><td>平聲</td><td colspan="2">泰語一聲 ˋ</td></tr>
<tr><td>高子音
ข ฉ ถ ผ ฝ ส ห</td><td>泰語四聲 ˇ</td><td colspan="2">泰語一聲 ˋ</td></tr>
<tr><td rowspan="2">低子音
ค ช ท พ ฟ ซ ฮ
น ม ง ล ร ย ว</td><td rowspan="2">平聲</td><td>④短母音（-ʔ）
⑤短母音
＋ /-k -t -p/</td><td>⑥ 長母音、雙母音
＋ /-k -t -p/</td></tr>
<tr><td>泰語三聲 ˊ</td><td>泰語二聲 ˆ</td></tr>
</table>

別忘了有些母音在接續尾音後，形態會有所變。
那麼我們也看一下方的列表總整理吧！（表 6）

【表 6】

◌＝首子音　□＝尾音

短母音				長母音			
標音系統	尾音		備註	標音系統	尾音		備註
	無尾音	有尾音			無尾音	有尾音	
a	◌ะ	◌ั□		aa	◌า	◌า□	
i	◌ิ	◌ิ□		ii	◌ี	◌ี□	
ɯ	◌ึ	◌ึ□		ɯɯ	◌ือ	◌ื□	
u	◌ุ	◌ุ□		uu	◌ู	◌ู□	
e	เ◌ะ	เ◌็□ เ◌□	（※1）	ee	เ◌	เ◌□	（※1）
ɛ	แ◌ะ	แ◌็□ แ◌□	（※1）	ɛɛ	แ◌	แ◌□	（※1）
ɔ	เ◌าะ	◌็อ□ ◌อ□	（※1）	ɔɔ	◌อ	◌อ□	（※1）
o	โ◌ะ	◌□	（※2）	oo	โ◌	โ◌□	
ə	เ◌อะ	เ◌ิ□	（※3）	əə	เ◌อ	เ◌ิ□ เ◌ย	（※3） （※4）

（※ 1）這幾組母音中，當「短母音＋尾音」，且含有聲調符號的情況下，「◌็」符號往往會被省略。但在有標記聲調符號的情況下時，又會與「長母音＋有尾音」的呈現相同，所以要在背單字時，要分別弄清楚哪個是用長母音發音又哪個是用短母音發音。

（※ 2）當有尾音的情況下，母音的符號會被省略。

（※ 3）這組母音中，「短母音＋尾音」及「長母音＋尾音」的形態呈現是一模一樣的，所以要在背單字時，要分別弄清楚哪個是用長母音發音又哪個是用短母音發音。

（※ 4）當尾音是 ย 的情況下，母音形態會轉變成 เ◌ย，◌ิ 符號會省略不見。

056.MP3

Exercise 46 一邊聽音檔，一邊跟著唸「子音＋長母音」及「子音＋雙母音」的單字並加以記憶吧！（解答 → P.159）

中子音	ดอก （花的量詞）…朵	เกิน 超越、超過	จาก 從	ตีน 腳	แดง 紅、紅色
中子音	ตอบ 回答	โบย 鞭笞、鞭打	บาท 銖	ปีก 翅膀	อาย 丟臉、害羞
高子音	เขิน 害羞	โขก 搗、敲、擊	ฉาย 上映	หาด 海灘、海邊	ถาง 割（草）、除（草）
高子音	เผือก 芋艿、芋頭	ฝูง （一）群；群體	แผน 計畫	เสือ 老虎	สวด 誦（經）、念（咒）
低子音	ยาย 外婆	เมือง 市鎮、城市	งีบ 小睡	เรียน 學；學習	โลก 地球
低子音	แคบ 狹窄	ซอย 巷弄	ชาม 碗、碗公	ลวก 汆燙	พูด 說

057.MP3

Exercise 47 一邊聽音檔，一邊跟著唸「子音＋短母音」的單字並加以記憶吧！（解答 → P.159）

中子音	เกาะ 島	ตัน 阻塞、堵塞	จะ 將	จึง 於是…	ดุ 罵、叱責

中子音	เด็ก 孩子	บุก 入侵	บิน 飛	ปิด 關閉、關上	เป็น （身分、資格）是
高子音	ขุด 挖、挖掘	ขัง 監禁、關押	ฉุน 刺鼻；濃烈	แฉะ 泥濘	ถึง 抵達
高子音	ผล 果實、水果；成果、結果	ฝึก 練習	เห็น 看得到	สน 松樹	สุข 幸福
低子音	ฟัน 牙齒	แวะ 順道、順路	งง 混亂	ล็อก 上鎖	คน 人
低子音	เย็น 冷	เงาะ 紅毛丹	มึน 頭暈、目眩	ริน 注入、倒入	พัก 休息

058.MP3

Exercise 48 **請將下列的泰語單字改成標音系統。**（解答 → P.159）

① รสจืด ＿＿＿＿＿
（味道）淡

② นักเรียน ＿＿＿＿＿
學生

③ ออกกำลังกาย ＿＿＿＿＿
運動

④ สุขุมวิท ＿＿＿＿＿
（曼谷的路名）蘇坤蔚

⑤ รถติด ＿＿＿＿＿
塞車、堵塞

⑥ นวด ＿＿＿＿＿
按摩

⑦ ทุกวัน ＿＿＿＿＿
每天、每日

⑧ สีฉูดฉาด ＿＿＿＿＿
鮮艷的色調

⑨ ผักกาด ＿＿＿＿＿
大白菜

⑩ ลูกสาว ＿＿＿＿＿
女兒

059.MP3

Exercise 49 **請將下列的標音系統改成泰語單字。尾音 /-k/ 用ก，/-t/ 用ด，/-p/用บ。**（解答 → P.159）

① mâak ________
很、非常

② pùat ________
痛

③ nók ________
鳥；(小名) 阿鳥

④ thùuk ________
便宜、對

⑤ yâak ________
難、困難

⑥ cèt ________
7

⑦ chɔ̂ɔp ________
喜歡

⑧ sìp ________
10

⑨ hòk ________
6

⑩ pàak-kaa ________
筆、鋼筆

060.MP3

Exercise 50 **請試讀以下的的短句。**（解答 → P.160）

① นกปวดขาจึงไปนวด
由於阿鳥的腳很痛，所以他去按摩了。

② สอบยาก มีนักเรียนตกเจ็ดคน
考試太難了，有 7 個學生沒考過。

③ แถวสุขุมวิทรถติดทุกวัน
蘇坤蔚週邊的道路每天都會塞車。

④ ผัดผักกาดรสจืดมาก
炒大白菜的味道很淡。

⑤ ลูกสาวชอบปากกาสีฉูดฉาด
女兒喜歡有鮮艷色調的筆。

已經到了折返點囉！基礎也差不多都扎根完畢囉！

既然已經到了折返點，那麼我們來試著挑戰一下自己的實力吧！現在，來閱讀一篇長篇文章看看。

061.MP3

Exercise 51 **請朗讀下面的短文。**（解答 → P.160）

ยายอายุหกสิบปี เป็นคนอีสาน ยายชอบทำอาหาร ยายมีลูกชาย เขาอายุสามสิบปี เขาเป็นคนใจดีมาก เขาชอบทานอาหารยาย เขาทำงานขับรถ เขารักยายมาก เขาพายายไปออกกำลังกายทุกวัน ยายจึงแข็งแรง และอายุยืน

外婆 60 歲了，她是在東北部人。外婆很喜歡作菜。她有一個 30 歲的兒子，是個非常和善親切的人。他很喜歡吃外婆煮的飯。他的工作是司機，他很愛外婆的。他每天都帶外婆去運動。外婆因此身體健壯、長命百歲。

接下來第 6 區即將登場的聲調符號將是基礎學習中最後的壓軸好戲。只要順利完成了第 6 區的學習，那麼將能得到直奔終點的衝勁，所以接著繼續提起精神勇往直前吧！

在折返之前，我們來通篇整理一下。

發音的基礎

記好舌頭的位置及發音的口形，以便發出正確的發音。惟有發音正確時，才能寫出正確的泰文字母，這一點請務必牢記在心。

1. 母音

母音共有 9 組，每組皆同時具有長母音及短母音。

062.MP3

	標音系統		發音的方式
	長母音	短母音	
(1)	aa	a	發出類似「啊」的音。
(2)	ii	i	記得將嘴巴橫向張開，發出「依」的音。
(3)	ɯɯ	ɯ	將嘴巴橫向張開，擺出「依」的口型，但是唸出「屋」的音。
(4)	uu	u	記得將嘴巴嘟起來，唸出「屋～」的音。
(5)	ee	e	將嘴巴微微地橫向張開，發出「ㄟ」的音。
(6)	ɛɛ	ɛ	將嘴巴縱向張開，擺出好像在唸「啊」的口型，唸出「ㄟ」的音。
(7)	oo	o	將嘴巴嘟起來唸「歐」的音。
(8)	ɔɔ	ɔ	將嘴巴橫向地微微張開，發出「歐」的音。
(9)	əə	ə	將嘴巴半張，並發出「ㄜ」的音。

063.MP3

母音的發音時，口形及舌頭的位置如左表。

		舌頭位置		
		置於前方	置於中間	置於後方
嘴的開合度	較狹小	ii	ɯɯ	uu
	微微張大	ee	əə	oo
	很大	ɛɛ	aa	ɔɔ

064.MP3

【雙母音】

雙母音分成 3 種。發音時是將第 1 個母音稍微拉長一點，然後再加唸第 2 個母音的音。

	標音系統			
(1)	ia	เรียน	rian	念書、學
(2)	ɯa	เบื่อ	bɯ̀a	膩、無聊
(3)	ua	บัว	bua	蓮花

		正確	錯誤
念書、學	เรียน	rian	riʔ ʔan

065.MP3

2. 子音

（1）首子音

置於音節之前的首子音共有 21 個，接著下表中請格外注意有氣音及無音氣的區別。另外音檔裡的示範裡，首子音的唸讀已經包括了 /ɔɔ/ 音。

【不送氣音與送氣音】

不送氣音是指發音時口中不向外送氣的音；反之，有氣音則是發音時口中用力向外送氣的音。

066.MP3

標音系統	泰語字母	發音的方式		
(1) k	ก	不送氣音	發音時以近似注音符號「ㄍ」的音再接續其他的母音唸讀。	ไก่ kày 雞
(2) kh	ค ข	送氣音	發音時以近似注音符號「ㄎ」的音再接續其他的母音唸讀。	ไข่ khày 蛋
(3) c	จ	不送氣音	發音時近似英語的「J」再接續其他母音唸讀。	ใจ cay 心

(4) ch	ช ฉ	送氣音	發音時以近似注音符號「ㄑ」的音再接續其他的母音唸讀。	ชัย chay 勝利
(5) t	ต	不送氣音	發音時以近似注音符號「ㄉ」的音再接續其他的母音唸讀。	ตา taa 眼睛
(6) th	ท ถ	送氣音	發音時以近似注音符號「ㄊ」的音再接續其他的母音唸讀。	ทา thaa 塗
(7) p	ป	不送氣音	發音時以近似注音符號「ㄅ」的音再接續其他的母音唸讀。	ป้า pâa （爸爸或媽媽的姊姊）姑姑、阿姨
(8) ph	พ ผ	送氣音	發音時以近似注音符號「ㄆ」的音再接續其他的母音唸讀。	ผ้า phâa 布

067.MP3

【其他首子音】

標音系統	泰語字母	發音的方式			
(9) ŋ	ง	此音是帶有鼻音的音，發音時以近似以「ng」的音再接續其他的母音唸讀。	งา	ŋaa	芝蔴
(10) d	ด	發音時以近似注音符號「ㄉ」的音再接續其他的母音唸讀。	ดู	duu	看
(11) n	น	發音時以近似注音符號「ㄋ」的音再接續其他的母音唸讀。	นา	naa	田、田地
(12) b	บ	發音時以近似注音符號「ㄅ」的音再接續其他的母音唸讀。	บาน	baan	開（花）、綻放
(13) f	ฟ ฝ	發音時以近似英語「f」的音再接續其他的母音唸讀。	ฟ้า	fáa	天空；藍色
(14) m	ม	發音時以近似注音符號「ㄇ」的音再接續其他的母音唸讀。	มา	maa	來
(15) r	ร	發音時震動舌頭，以近似注音符號「ㄌ」的音再接續其他的母音唸讀。（此音為彈舌音）	รับ	ráp	收、接收
(16) l	ล	發音時以近似注音符號「ㄌ」的音再接續其他的母音唸讀。	ลับ	láp	秘密
(17) y	ย	發音時以近似注音符號「一」的音再接續其他的母音唸讀。	ยอ	yɔɔ	吹捧；誇獎
(18) w	ว	發音時以近似注音符號「ㄨ」的音再接續其他的母音唸讀。	วัว	wua	牛
(19) s	ซ ส	發音時以近似注音符號「ㄙ」的音再接續其他的母音唸讀。	แซง	sɛɛŋ	插隊、超越
(20) h	ฮ ห	發音時以近似注音符號「ㄏ」的音再接續其他的母音唸讀。	เห่อ	hɘ̀ɘ	風行；著迷
(21) ʔ	อ	聲門塞音。此字母接續母音，只發母音的音。	อา	ʔaa	（爸爸的弟弟或妹妹）叔父、叔母

068.MP3

		正確	錯誤
20	ยี่สิบ	yîi-sìp	ʔìi-sìp
牛	วัว	wua	ʔua

【二重頭子音】

069.MP3

標音系統				
(1)	kr	กรู	kruu	蜂擁而入
(2)	kl	เกลือ	klɯa	鹽
(3)	kw	กว่า	kwàa	比、比起
(4)	tr	ตรา	traa	印記、戳記
(5)	khr	ครัว	khrua	廚房
(6)	khl	คลี่	khlîi	張開、攤開
(7)	khw	ขวา	khwǎa	右、右方
(8)	pr	ประตู	pràʔ-tuu	門
(9)	pl	ปลา	plaa	魚
(10)	phr	พร้า	phráa	泰國大砍刀
(11)	phl	แผล	phlɛ̌ɛ	創傷、傷；瘡疤

再次強調，雙子音是兩個子音結合成一個新的子音，所以在該在兩個子音之間不要加入任何母音喔！

		正確	錯誤
鹽巴	เกลือ	klɯa	kɯ-lɯa

070.MP3

（2）末子音

擔任音節殿軍角色的尾音共有下列 9 種。

071.MP3

標音系統	泰語字母	發音的方式			
(1) -m	ม	此為閉口音，發音結束時發出近似「慕」的音且必須緊閉雙唇。	ขำ	khăm	滑稽、好笑
(2) -n	น ร ล	將舌頭頂住上牙齦處，發音結束時發出近似「ㄣ」的音。	ขัน	khăn	水缽
(3) -ŋ	ง	發音時將舌根抬高，發音結束時發出近似「ㄤ」的音。	ขัง	khăŋ	關（押）、困禁
(4) -w	ว	發音結束時發出近似「ㄠㄨ」的音。	ขาว	khăaw	白色
(5) -y	ย	發音結束時發出較為微弱的「ㄧ」的音。	ขาย	khăay	賣
(6) -p	บ ป พ ฟ	先緊閉雙唇，並屏住氣息，發音結束時發出微微近似的「ㄅ」的音。	สับ	sàp	切碎、剁碎
(7) -t	ต จ ช ท ถ ด ซ ส	先將舌尖頂住上牙齦處，屏住氣息，發音結束時發出近似「ㄊ」的音。	สัตว์	sàt	動物
(8) -k	ก ค ข	先將舌尖頂住上牙齦處，屏住氣息，發音結束時發出微微近似「ㄎ」的音。	สัก	sàk	柚木；紋身
(9) -ʔ	無記號	緊閉聲門，並屏住氣息。好像在吃驚的發語詞「啊！」那樣，發出急促的短音。是僅接在短母音之後的尾音。	สระ	sàʔ	水池

3. 聲調

像中文有一聲、二聲、三聲、四聲一樣，泰語發音裡總共有5個聲調。（本書之後提到的「一聲、二聲、三聲、四聲」指的都是泰語的聲調，與中文的無關喔！）

072.MP3

	標音系統	發音的方式	
(1)　平聲	無記號	發音時為平坦的音。	คา　khaa　卡、卡住
(2)　一聲	ˋ	以低音發出平坦的音。	ข่า　khàa　高良薑
(3)　二聲	ˆ	先發出高音，再轉而快速轉下墜的音。	ค่า　khâa　價值
(4)　三聲	ˊ	發出高音後音尾持續上揚的音。	ค้า　kháa　貿易、交易、買賣
(5)　四聲	ˇ	像海浪具有波動感，低音轉而上揚的音。	ขา　khǎa　腳

我們把聲調的觀念分得再清楚一點。
首先，平聲必須保持聲調的平坦，且發音要拉長一點。
一聲也是平坦的音，但是聲音明顯比平音低沉。
接著是三聲，會很突然地將聲音上揚。
而二聲及四聲分別下降及上揚的特性，就是很極端反差的音。

聲調走向用圖來顯示的話，大致是下圖中的感覺。

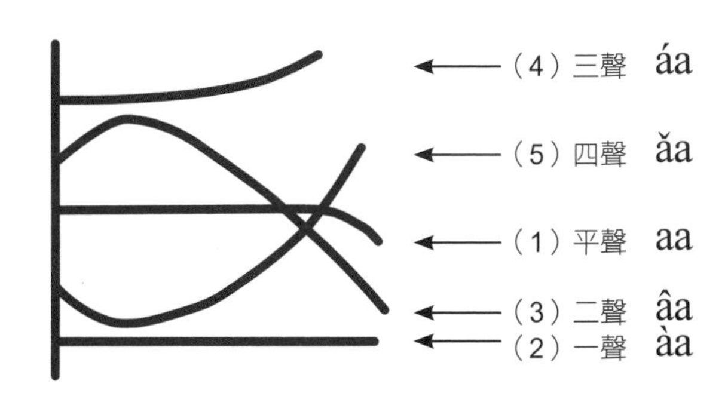

073.MP3

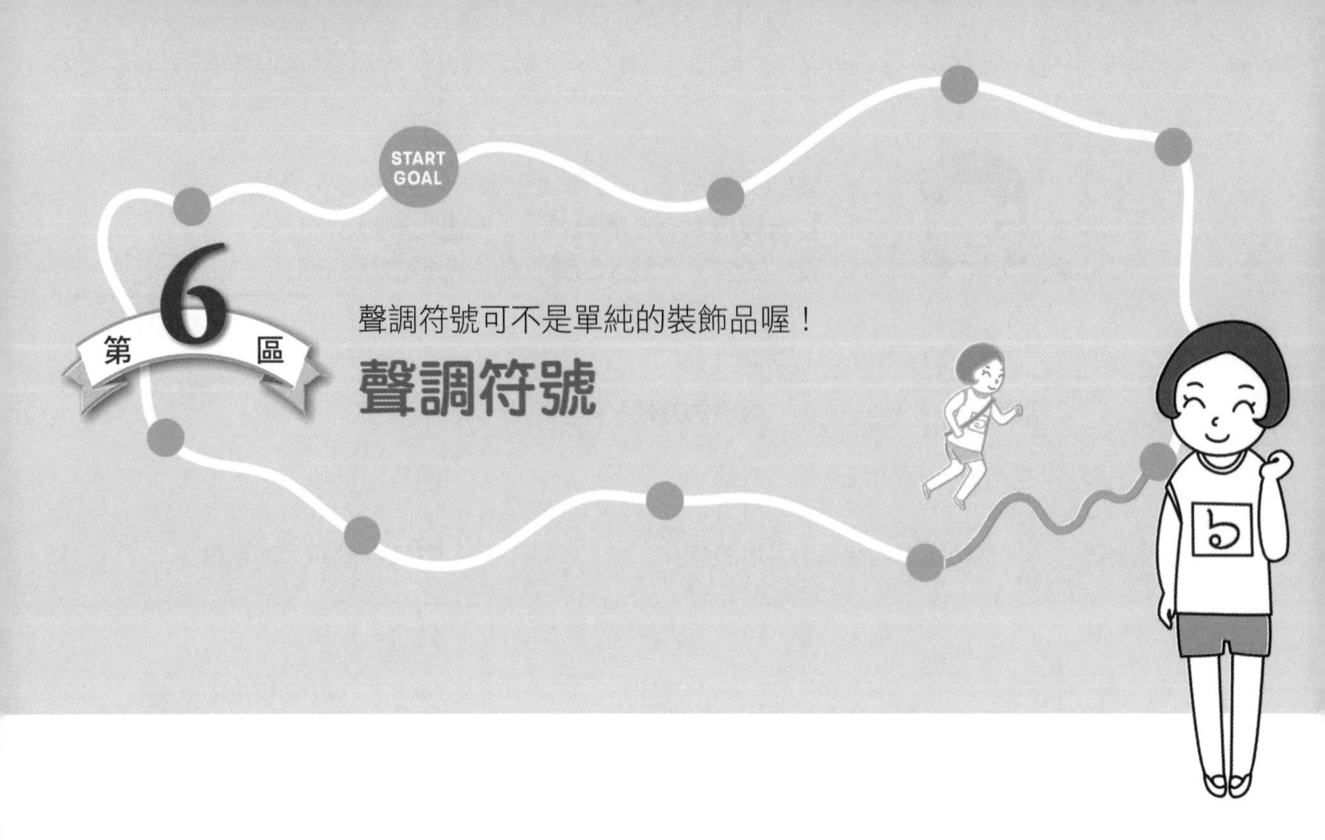

聲調符號可不是單純的裝飾品喔！

聲調符號

如上一區所述，泰語跟中文一樣都有聲調，聲調不同時，該發音（單字）便會產生不同的意義。要了解詞彙的聲調，除了掌握住以往我們所學過的發音規則之外，如果單字還有聲調符號時，也必須記牢它的聲調規則才行。在第 6 區中，為了能夠唸讀有聲調符號的單字，所以我們記住聲調符號及聲調規則，作為本區學習的目標。

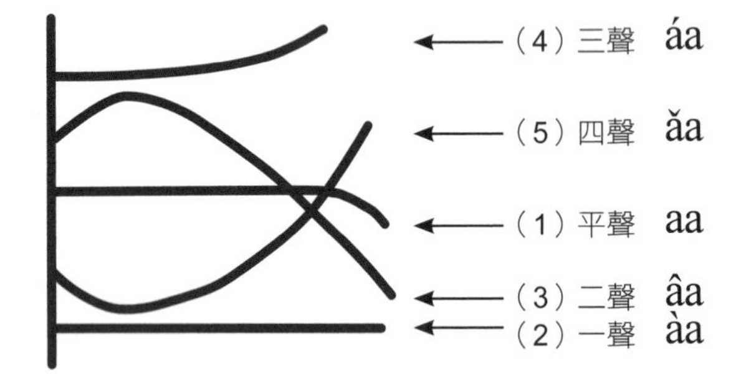

074.MP3

	標註在標音系統上的形態	
（1）平聲	（　）	發音時為平坦的音。（尾端會稍稍下降）
（2）一聲	（ ˋ ）	以低音發出平坦的音。
（3）二聲	（ ^ ）	先發出高音，再轉而快速轉下墜的音。
（4）三聲	（ ˊ ）	發出高音後音尾持續上揚的音。
（5）四聲	（ ˇ ）	像海浪具有波動感，低音轉而上揚的音。

075.MP3

聲調符號

聲調符號總共有下面 4 種：

ไม้เอก [máy ʔèek] （第 1 聲調符號）	◌่	ไม้ตรี [máy trii] （第 3 聲調符號）	◌๊
ไม้โท [máy thoo] （第 2 聲調符號）	◌้	ไม้จัตวา [máy càt-ta-waa] （第 4 聲調符號）	◌๋

泰語的聲調符號一般都是寫在首子音上方偏右的部分，如果首子音的上方還有母音時，就會寫在該母音的上方。請參考以下的例子動筆練習吧！

ไม้เอก（第 1 聲調符號）

ไม้โท（第 2 聲調符號）

ไม้ตรี（第 3 聲調符號）

編註　在 075.MP3 的前四個音為第1～4聲調符號的名稱發音，第5個音開始的8個音為練習格上的 ก่า / กี่ / ก้า / กี้ / ก๊า / กี๊ / ก๋า / กี๋ 這8個發音練習。

ไม้จัตวา（第 4 聲調符號）

這四個聲調符號很像阿拉伯數字的（1,2,3,4），所以很好記喔！

่ ้ ๊ ๋

中子音＋聲調符號

中子音與聲調符號組合之後的發音結果如下表。

中子音	無聲調符號 平聲	◌่ ˋ 一聲	◌้ ˆ 二聲	◌๊ ˊ 三聲	◌๋ ˇ 四聲
（例） ก+า k + aa	กา kaa	ก่า kàa	ก้า kâa	ก๊า káa	ก๋า kǎa

加了聲調符號的單字該怎麼發音？與子音的分類有關（屬中子音、高子音或低子音？），所以逐一把每個子音的屬性都弄清楚是相當重要的。當詞彙中一旦有標記聲調符號時，就不必在意該詞彙是屬於哪種音節（不用管是平音節還是促音節了），全部依本課說明的聲調規則來唸讀即可。

弄清子音的分類相當地重要，在這一關絕對不可馬虎！

那麼，先認清楚：ก จ ด ต บ ป อ 這幾個是中子音喔！

077.MP3

中子音＋長母音（無聲調符號）＝平聲

ดี 好

dii

中子音＋ ไม้เอก（第 1 聲調符號）= 一聲

อ่าน 念、讀

ʔàan

中子音＋ ไม้โท（第 2 聲調符號）= 二聲

ป้า（媽媽的姊姊）阿姨；（稱呼女性商家主人）老闆娘

pâa

中子音＋ ไม้ตรี（第 3 聲調符號）= 三聲

โต๊ะ 桌子

tóʔ

中子音＋ไม้จัตวา（第 4 聲調符號）= 四聲

เก๋ 時尚、時髦

เก๋ เก๋ เก๋ เก๋ เก๋ เก๋

kěe

在短母音帶有尾音的發音組合 เ็□ / แ็□ / ็อ□ 下，如果有加上聲調符號時，็ 將會被省略掉。

中子音＋เ็□（無聲調符號）

เป็น （身分、資格）是

เป็น เป็น เป็น เป็น เป็น

pen

中子音＋็อ□＋ไม้โท（第 2 聲調符號）＝二聲（由於有聲調符號，所以不用標 ็ 符號）

ต้อง 必須

ต้อง ต้อง ต้อง ต้อง ต้อง

tɔ̂ŋ

เ็□ / แ็□ / ็อ□ 這三組母音，若在加上 ็ 符號後會變成長、短母音的形態相同。

所以是該唸長母音？還是該唸成短母音，就有必要依每個單字的情況硬記了。

078.MP3

Exercise 52 請聽音檔，並邊唸邊記吧！！（解答 → P.161）

กู	แก่ง	กุ้ง	ก๊อก	เก๋
（粗魯的說法）我、老子	石灘、礁岩	蝦子	水龍頭	時尚、時髦

จูง	จั่ว	จ้าง	โจ๊ก	จ๋า
牽	（屋頂上的）三角板	雇、雇用	粥、稀飯	…啊、…呀
ดิน	ด่าง	ดื้อ	เดี๊ยน	เดี๋ยว
土	鹼；斑點	頑皮	（女性自稱）人家	等一下
ตาม	เต่า	แต้ม	ตื๊อ	ตั๋ว
跟、跟隨	烏龜	點；點數	纏人的	門票、票
บาน	เบ่ง	เบี้ย	บ๊วย	บ๋อย
開（花）、綻放	仗勢凌人、狐假虎威	貝殼	梅子	男服務生
ปีน	ป่วย	ป้อม	ปู๊น	ป๋า
爬（上）、攀登	生病	要塞、雕堡	（火車的汽笛聲）嘟嘟	爸爸；（形容大方）闊
อัน	อ่าง	อ้วน	โอ๊ย	โอ๋
（量詞）…個	浴缸	肥胖	（喊痛聲）哎呀！	（哄小孩子的話）好乖好乖

079.MP3

Exercise 53 請將下列的泰語單字改成標音系統。（解答 → P.161）

① ต่อไป ________
從今以後、下一個

② ก๋วยเตี๋ยว ________
粿條

③ ตั้งแต่ ________
從…；自…

④ ดื่มชา ________
喝茶

⑤ ด้วยกัน ________
一起

⑥ สุกี้ ________
（泰式料理）泰式火鍋

⑦ ตอนบ่าย ________
下午

⑧ แก้ว ________
鸚鵡；水晶；(小名) 小晶

⑨ ป้าย ________
看板

⑩ ได้รับ ________
收到、得到

Exercise 54 請將下列的標音系統改成泰語單字。尾音 /-n/ 的題目請使用字母 น、母音 /ay/ 的題目則使用字母 ไ。(解答 → P.161)

080.MP3

① dây ________
得到

② kɔ̀ɔn ________
在…之前

③ tɛ̀ɛ ________
但是

④ kèŋ ________
擅長、厲害

⑤ bâan ________
房子、家

⑥ tɔ̀ɔ ________
對、對於

⑦ kée ________
假、冒牌

⑧ bɔ̀y ________
經常

⑨ cǐw ________
小；(小名) 阿小

⑩ dùan ________
急、緊急

Exercise 55 請試讀以下的短句。(解答 → P.161)

081.MP3

① ป้าจิ๋วเป็นป้าของแก้ว
阿小阿姨是寶石的阿姨。

② ป้าเป็นคนอ้วน แต่สวยและทำอาหารเก่ง
雖然阿姨很胖，但是長得很漂亮，廚藝也很好。

③ แก้วชอบกินก๋วยเตี๋ยว และโจ๊กของป้า
寶石喜歡吃阿姨做的粿條跟稀飯。

④ แก้วไปหาป้าบ่อย

寶石常常去見阿姨。

⑤ แก้วชอบชวนป้าดื่มชาด้วยกันตอนบ่าย

寶石常常約阿姨一起去喝下午茶。

082.MP3

高子音＋聲調符號

高子音與聲調符號組合之後的發音結果如下表。

高子音	無聲調符號	่	้	๊	๋
	ˇ 四聲	ˋ 一聲	^ 二聲		
（例）ข+า kh ˇ + aa	ขา khǎa	ข่า khàa	ข้า khâa		

高子音＋長母音＋尾音 /-w/（無聲調符號）= 四聲

ขาว 白色

khǎaw

ขาว ขาว ขาว ขาว ขาว

高子音＋第 1 聲調符號 = 一聲

สี่ 4

sìi

สี่ สี่ สี่ สี่ สี่ สี่

高子音＋第 2 聲調符號 = 二聲

ผึ้ง 蜂蜜

phʉ̂ŋ

ผึ้ง ผึ้ง ผึ้ง ผึ้ง ผึ้ง ผึ้ง

高子音＋ ◌็อ◌ ＋第 2 聲調符號 = 二聲（因為有聲調符號，所以不必加上 ◌็ 的符號）

ห้อง 房間

hɔ̂ŋ

ห้อง ห้อง ห้อง ห้อง ห้อง

084.MP3

Exercise 56 一邊聽音檔，一邊跟著唸出聲音加以記憶吧！
（解答 → P.162）

โขน （泰國傳統文藝）空劇	ไข่ 蛋	ขึ้น （動詞）上（到）、爬（升）	ฉัน （女性）我	ฉ่ำ 溼潤	ฉ้อ 詐騙、詐取
ถึง 抵達；到期	ถั่ว 豆子	ถ้วย 碗	ผล 果實、水果；成果、結果	เผื่อ 假使；保留	ผ้า 布
ฝัน 夢	ฝั่ง …邊；海岸	ฝ้า （皮膚的）斑點	เสีย 故障	สิ่ง 事、物	ส้อม 叉子
หึง 嫉妒、吃醋	เห่า （狗）吠叫	ห้าง 百貨公司	ข่าว 新聞	เสื่อ 草蓆	แข่ง 競爭

085.MP3

Exercise 57 請將下列的泰語單字改成標音系統。
（解答 → P.162）

① สีส้ม ＿＿＿＿＿＿
橘色

② ข้างบ้าน ＿＿＿＿＿＿
附近

③ ข้าวห่อ ＿＿＿＿＿＿
泰式葉包飯

④ ถ่ายรูป ＿＿＿＿＿＿
照相、拍照

⑤ แกงส้ม ＿＿＿＿＿＿
泰式酸咖哩

⑥ ส่วน ＿＿＿＿＿＿
部分、局部

⑦ ผ้าขาว ＿＿＿＿＿＿
白布

⑧ ห่างจาก ＿＿＿＿＿＿
相距、離…

⑨ ส้มตำ ＿＿＿＿＿＿
（泰式料理）涼拌青木瓜

⑩ ไข่เจียว ＿＿＿＿＿＿
煎蛋

Exercise 58 請將下列的標音系統改成泰語單字。尾音 /-n/ 的題目請使用字母 น、母音 /ay/ 的題目則使用字母 ไ。（解答 → P.162）

086.MP3

① sǐi-khǐaw ________
綠色

② hâa ________
5

③ khâaw ________
白飯

④ phǔwn ________
（布的量詞）片、塊

⑤ sàŋ ________
訂、下訂；命令

⑥ hây ________
給；為了

⑦ sɯ̂a ________
上衣、衣服

⑧ thâa ________
如果…的話

⑨ sày ________
穿；放入

⑩ sǎa-mii ________
丈夫

087.MP3

Exercise 59 請試讀以下的短句。（解答 → P.162）

① สาวชอบใส่เสื้อสีส้ม
小妹喜歡穿橘色的衣服。（此處的小妹是人名）

② สาวสั่งแกงส้ม ไข่เจียวและข้าว
小妹點了泰式酸咖哩、煎蛋跟白飯。（此處的小妹是人名）

③ สาวได้รับผ้าขาวห้าผืน
小妹得到了五塊白布。（此處的小妹是人名）

④ สาวทำส้มตำให้สามี
小妹為老公做了涼拌青木瓜。（此處的小妹是人名）

⑤ สาวได้ของจากป้าข้างบ้าน
小妹從鄰居的阿姨那邊收到了東西。（此處的小妹是人名）

低子音＋聲調符號

088.MP3

低子音與聲調符號組合之後的發音結果如下表。

低子音	無聲調符號	◌่	◌้	◌๊	◌๋
	平聲	^ 二聲	´ 三聲		
（例） ค+า kh + aa	คา khaa	ค่า khâa	ค้า kháa		

咦！低子音在第 1 跟第 2 聲調符號時發音與中子音及高子音不同耶！真是愛跟人家唱反調。

記得低子音跟高子音一樣，不會使用第 3、第 4 聲調符號喔！

089.MP3

低子音＋長母音＋尾音（無聲調符號）= 四聲

即

khɯɯ

低子音＋第 2 聲調符號 = 二聲

在；…之處

thîi

低子音＋第 2 聲調符號 = 三聲

เลี้ยง 飼養；請客

líaŋ

低子音＋ เ็◌◌＋第 1 聲調符號 = 二聲（因為有聲調符號，所以不必加上 ็ 的符號）

เช่น 例如

chên

เช่น เช่น เช่น เช่น เช่น

Exercise 60 **一邊聽音檔，一邊跟著念出聲音加以記憶吧！**
（解答 → P.163）

090.MP3

คุย 說；聊天	ค้าง 投宿、過夜	ค่ะ （女性禮貌語尾詞）是	นั่ง 坐	นาง 夫人；女性的	นั้น 那、那個
รำ （跳泰國傳統的舞蹈）跳舞	รู้ 了解、知道	เร่ง 催、催促	ซา 減輕	ซ่อม 修理	ซ้าย 左、左邊
ทา 塗、抹	ที่ 在；…之處	ท้อง 肚子	ช้าง 象、大象	แช่ 浸泡	ชิม 試嘗味道、試吃
เพี้ยน 失真、有所不同	พัง 壞掉	พี่ 哥哥、姊姊	โมง 點（鐘）	มั้ง 可能、也許	เมื่อ 的時候
แยม 果醬	ย่า 祖母、奶奶	ยิ้ม 微笑	ไฟ 火、電	ฟ้า 天空；藍色	ฟาง 稻草

Exercise 61 **請將下列的泰語單字改成標音系統。**（解答 → P.163）

091.MP3

① ซื้อของ ________
購物

② ทั้ง ________
整個、全；又

③ ไปเที่ยว ________
去玩

④ ช่วย ________
幫忙

⑤ ดอกไม้ ________
花

⑥ พี่สาว ________
姊姊

⑦ ว่าง ________
閒暇、（有）空

⑧ ที่เที่ยว ________
觀光區

⑨ มีชื่อเสียง ________
有名

⑩ ทุกเช้า ________
每天早上

Exercise 62 請將下列的標音系統改成泰語單字。尾音 /-n/ 的題目請使用字母 น、母音 /ay/ 的題目則使用字母 ไ。（解答 → P.163）

092.MP3

① mɛ̂ɛ ________
媽媽、母親

② phɔ̂ɔ ________
爸爸、父親

③ phɯ̂an ________
朋友

④ cháaŋ ________
大象；（小名）阿象

⑤ sɯ́ɯ ________
買

⑥ chɯ̂ɯ ________
名字

⑦ thêe ________
瀟灑、酷炫；（小名）小帥

⑧ lɛ́ɛw ________
…了

⑨ ráan ________
店

⑩ níi ________
這、這個

Exercise 63 請試讀以下的短句。（解答 → P.163）

093.MP3

① เท่มีเพื่อนชื่อช้าง
小帥有一個名叫阿象的朋友。

② เท่ชอบไปเที่ยวและซื้อของกับช้าง
小帥喜歡跟阿象去遊玩或購物。

③ แม่ช้างเป็นคนสอนจัดดอกไม้ที่มีชื่อเสียง

阿象的媽媽是知名的花藝設計師。

④ ทุกเช้า ช้างกับพี่สาวต้องไปซื้อดอกไม้ให้แม่

每天早上，阿象跟姊姊都一定要去幫媽媽買花。

⑤ เวลาว่าง ช้างชอบช่วยแม่จัดดอกไม้

阿象喜歡在閒暇的時候幫忙媽媽做花藝設計。

所以我們學過的聲調規則統整後如下圖。

<table>
<tr><td colspan="2">聲調符號</td><td colspan="3">無聲調符號</td><td>第 1（ ่ ）</td><td>第 2（ ้ ）</td><td>第 3（ ๊ ）</td><td>第 4（ ๋ ）</td></tr>
<tr><td colspan="2" rowspan="2">音節節尾</td><td>平音節</td><td colspan="2">促音節</td><td colspan="4" rowspan="2">共通</td></tr>
<tr><td>-m/-n/-ŋ/-y/-w/
長母音 / 雙母音</td><td colspan="2">-k/-t/-p/
-ʔ（＝短母音）</td></tr>
<tr><td rowspan="4">子音的種類</td><td>中子音</td><td>平聲</td><td colspan="2">ˋ
一聲</td><td>ˋ
一聲</td><td>ˆ
二聲</td><td>ˊ
三聲</td><td>ˇ
四聲</td></tr>
<tr><td>高子音</td><td>ˇ
四聲</td><td colspan="2">ˋ
一聲</td><td>ˋ
一聲</td><td>ˆ
二聲</td><td></td><td></td></tr>
<tr><td rowspan="2">低子音</td><td rowspan="2">平聲</td><td>短母音</td><td>長母音
雙母音</td><td rowspan="2">ˆ
二聲</td><td rowspan="2">ˊ
三聲</td><td rowspan="2"></td><td rowspan="2"></td></tr>
<tr><td>ˊ
三聲</td><td>ˆ
二聲</td></tr>
</table>

Exercise 64 **請試讀以下的的長篇文章。**（解答 → P.164）

แก้ว สาว เท่และช้างเป็นเพื่อนกัน เรียนด้วยกันตั้งแต่เด็ก เวลาว่าง สี่คนชอบไปเที่ยวด้วยกัน ตอนไปเที่ยว แก้วขับรถเก่ง แก้วจึงเป็นคนขับรถ สาวทำอาหารเก่ง สาวจึงทำข้าวห่อ เท่กับช้างหาที่เที่ยว ร้านอาหาร และโรงแรม

小晶、小妹、小帥跟阿象四個人是好朋友。他們自孩童時代便一起念書長大。閒暇的時候，四個人喜歡一起去玩。去玩的時候，由於小晶的開車技術好，所以她負責當司機；由於小妹擅長料理，所以由她負責做便當。小帥跟阿象則負責找觀光區、餐廳及飯店。

輕鬆掌握住泰語中子音兩兩成雙的唸讀法則

雙子音、高子音化、中子音化

在第 7 區裡，我們要來練習由兩個子音所構成的雙子音及聲調規則破例會變成高子音化或中子音化的子音。那麼，接下來我們將學會唸讀具有雙子音、高子音化、中子音化的單字，作為本區學習的目標。

雙子音

雙子音由兩個子音所構成，原則上分別為下表中的 15 個。（音檔裡的唸讀範例是與母音 /ɔɔ/ 一起組合後的發音。）

095.MP3

中子音	กร kr	กล kl	กว kw	ตร tr	ปร pr	ปล pl
高子音	ขร khrˇ	ขล khlˇ	ขว khwˇ			ผล phlˇ
低子音	คร khr	คล khl	คว khw		พร phr	พล phl

雙子音的母音及聲調符號標記在第二個子音的上或下方。但發音時是依循第一個子音的發音規則為主。

096.MP3

กว（第 1 子音：中子音）＋ **า** ＋ **ง** ＋第 2 聲調符號 ＝ 二聲
kw　aa　-ŋ

กว้าง 寬廣　กว้าง กว้าง กว้าง กว้าง

kwâaŋ

พร（第 1 子音：低子音）＋ ะ ＝ 三聲
phr a?

พระ 僧侶 พระ พระ พระ พระ พระ

phrá?

097.MP3

因受到外來語的影響，除了左頁的 15 個雙子音之外，有少數的子音在規則外也能構成例外的雙子音，並形成單字，如下：（音檔裡的唸讀範例是與母音 /ɔɔ/ 一起組合後的發音。）

บร /br/	เบรก	brèek	碟煞；煞車器
บล /bl/	บลูเบอรี่	bluu-bəə-rîi	藍莓
ดร /dr/	ดราม่า	draa-mâa	連續劇
ฟร /fr/	ฟรี	frii	免費
ฟล /fl/	ฟลุค	flúk	僥倖
ทร /thr/	ทรัมเป็ต	thram-pèt	（樂器）小號、小喇叭

098.MP3

Exercise 65 **請聽音檔，並邊唸邊記吧！**（解答 → P.165）

/kr/	กรัม 公克	กรุ่น 熱呼呼、暖呼呼	กระดุม 鈕扣
/kl/	กลอน 詩；門鎖	ใกล้ 近的	กลับ 回（家）
/kw/	กวาง 鹿	แกว่ง 搖動	กวาด 掃
/tr/	ตรึง 固定	เตร่ 蹓躂、閒逛	ตระกูล 血統、血脈；家族

/pr/	แปรง 刷子	โปร่ง 通風、透氣；稀疏	ปรับ 調整
/pl/	ปลา 魚	ปล้น 強取、強奪	เปลือก 殼、皮
/khrˇ/	ขรัว 老僧侶	ขรึม 沉默寡言	ขรุขระ 凹凸不平
/khlˇ/	ขลัง 靈驗	ขลุ่ย 笛子	ขลาด 膽小
/khwˇ/	แขวน 吊	ขว้าง 扔、投	ขวิด （被獸角或獸牙）突刺
/phlˇ/	แผล 傷	โผล่ 出現	ผลิ 開（花）
/khr/	ครู 老師	เครื่อง 機械、機器	ครับ （男性禮貌用語）是
/khl/	คลาย 鬆緩	คลี่ 展開、攤開	คลอด 生產
/khw/	ควัน 煙	แคว้น 地區、地方	ควัก （從某空間裡）抓出來、掏
/phr/	พรม 地毯	พร้อม 同時；準備好	พรวด 突然、猛然
/phl/	เพลง 歌	พล่อย （講話）瞎說、亂說	พลิก 翻

Exercise 66 請將下列的泰語單字改成標音系統。（解答 → P.165）

099.MP3

① คล้าย ______
相似

② ครอบครัว ______
家人

③ แตงกวา ______
小黃瓜

④ เพราะ ______
悅耳

⑤ น้อยลง ______
變少

⑥ ร้องเพลง ______
唱歌

⑦ มะพร้าว ______
椰子

⑧ พรุ่งนี้ ______
明天

⑨ เปรี้ยว ______
酸

⑩ เตรียม ______
準備

Exercise 67 請將下列的標音系統改成泰語單字。尾音 /-k/ 的題目請使用字母 ก、尾音 /-p/ 的題目則使用字母 บ。（解答 → P.165）

100.MP3

① kràap ______
（泰式）禮佛

② phlɔɔy ______
寶石；（小名）寶石

③ khlɔɔŋ ______
運河

④ klua ______
可怕、恐怖

⑤ phrík ______
辣椒

⑥ plùuk ______
種

⑦ plaa ______
魚

⑧ phráʔ ______
僧侶、僧人；佛像

⑨ troŋ ______
直

⑩ kwàa ______
比、比起

Exercise 68 **請試讀以下的短句。**（解答 → P.166）

101.MP3

① พรุ่งนี้ต้องเตรียมอาหารให้ทุกคน

為了大家，明天一定要準備餐點的事宜。（明天要為大家準備餐點。）

② พลอยร้องเพลงเพราะกว่ามะพร้าว

寶石的歌聲比椰子悅耳。（寶石及椰子是人名）

③ มะพร้าวปลูกพริกและแตงกวาในสวน

椰子在菜園中種植辣椒及小黃瓜。（椰子是人名）

④ ในคลองแถวบ้านมีปลาน้อยลง

家附近的運河裡，魚的數量開始變少。

⑤ ครอบครัวผมจะกราบพระทุกวัน

我的家人每天都會禮佛。

高子音化

在低子音的範圍中，有 10 個專屬子音（即發音方式在中、高子音組裡無相同的 7 組發音，如後：ง /ŋ/, น /n/, ณ /n/, ม /m/, ย /y/, ญ /y/, ร /r/, ล /l/, ฬ /l/, ว /w/）。而所謂的高子音化，就是將上述的 10 個低子音依循高子音的聲調規則來發音的特例情況。

只要在 10 個專屬的低子音字母前加上（高子音的）ห 字母（一般所謂的「前引字」）時，該字母就視同以高子音的發音規則唸讀。再次提醒，當 ห 出現在低子音的字母之前時，即視之為高子音化的符號。（下列的內容，在發音檔裡配合母音 /ɔɔ/ 一起唸讀）

หง	หน	หม	หย	หญ*	หร	หล	หว
ŋˇ	nˇ	mˇ	yˇ	yˇ	rˇ	lˇ	wˇ

102.MP3

⇒皆以高子音的發音規則唸讀。

*關於字母 ญ〔y〕的說明，請參考 P109。

หน（高子音化）＋ ู（無聲調符號）＝ 四聲

nˇ uu

หนู 老鼠；（晚輩自稱）我

nǔu

หนู หนู หนู หนู หนู

หม（高子音化）＋ ใ ＋第 1 聲調符號 ＝ 一聲

mˇ ay

ใหม่ 新

mày

ใหม่ ใหม่ ใหม่ ใหม่ ใหม่

Exercise 69 一邊聽音檔，一邊唸讀看看吧！（解答 → P.166）

/ŋˇ/	เหงา 寂寞	เหงื่อ 汗、汗水	หงอก （頭髮）灰白、斑白
/nˇ/	หนา 厚	เหนื่อย 疲累	เหน็บ 麻痺
/mˇ/	เหม็น 臭	ใหม่ 新	หมวก 帽子
/yˇ/	เหยิง 雜亂	เหยื่อ 餌；受害者	หยก 翡翠
/rˇ/	หรือ 或、或者；…嗎？	หรี่ 調低、關小	หรอก （提醒語音）…喲

/lˇ/	แหลม 尖銳、銳利	ไหล่ 肩	เหล็ก 鐵
/wˇ/	หวาน 甜；（小名）小甜	เหวี่ยง 甩、揮動；拋、擲	โหวต 投票

105.MP3

Exercise 70 請將下列的泰語單字改成標音系統。（解答 → P.166）

① ของหวาน ________
甜點、甜食

② วันปีใหม่ ________
元旦

③ หนังสือ ________
書

④ หลอก ________
騙、欺騙

⑤ ต่างจังหวัด ________
外府（府為泰國行政單位）

⑥ ดูหนัง ________
看電影

⑦ เสื้อหนาว ________
外套、大衣

⑧ ที่ไหน ________
在哪裡

⑨ หลายตัว ________
好幾隻都

⑩ วันหยุด ________
假日

106.MP3

Exercise 71 請將下列的標音系統改成泰語單字。（解答 → P.166）

① lǎan ________
孫子、姪子（女）、外甥（女）

② mɔ̌ɔ ________
醫生

③ mǎa ________
狗

④ wɛ̌ɛn ________
戒指

⑤ sǐi-lʉ̌aŋ ________
黃色

⑥ mǔu ________
豬

⑦ lǎay ________________

各式各樣；許多

⑧ mǐi ________________

熊

⑨ lǒŋ ________________

迷惘、迷惑

⑩ rǔu-rǎa ________________

豪華

107.MP3

Exercise 72 一邊聽音檔，一邊唸讀看看吧！（解答 → P.167）

① หวานเป็นหมอที่ต่างจังหวัด

小甜在外府當醫生。

② หลานของหวานอ่านหนังสือเก่ง

小甜的姪子很會讀書。

③ วันหยุดหวานชอบไปดูหนัง

休假時，小甜喜歡去看電影。

④ ที่บ้านเลี้ยงหมาและหมูหลายตัว

在家中飼養了許多隻狗跟豬。

⑤ หวานจะซื้อหมวกหรือเสื้อหนาวให้หลาน

小甜打算買帽子或外套給姪子。

中子音化

承前所述，只要在低子音的專屬子音 ย 前加上 อ（中子音的前引字）時，ย 就必須依循中子音的聲調規則來發音的情況。再次提醒，當 อ 出現在 ย 字母之前時，這時候視之為中子音化的符號，唸讀時便不發音。

อ ＋低子音的專屬子音（ย） ⇒ 中子音化

咦！又有發音例外的單字了嗎？

只有 4 個單字而已，透過動筆拼寫，很快就能記下來囉！

108.MP3

อย（中子音化）＋ **า** ＋第 1 聲調符號 ＝ 一聲

y　　aa

อย่า 勿

yàa

อย่า อย่า อย่า อย่า อย่า

อย（中子音化）＋ **า** ＋ **ง** ＋第 1 聲調符號 ＝ 一聲

y　　aa　-ŋ

อย่าง …樣

yàaŋ

อย่าง อย่าง อย่าง อย่าง

อย（中子音化）＋ **◌ู** ＋第 1 聲調符號 ＝ 一聲

y　　uu

อยู่ 活、存在

yùu

อยู่ อยู่ อยู่ อยู่ อยู่

อย（中子音化）＋ **า** ＋ **ก** ＝ 一聲

y　　aa　-k

อยาก 想…

yàak

อยาก อยาก อยาก

109.MP3

Exercise 73 請試讀以下的短句。（解答 → P.167）

（解答 → P.167）

① อย่าไว้ใจทาง อย่าวางใจคน

不可相信道路、不可相信人。（引申義：凡事不可輕易相信）

② อยู่บ้านท่าน อย่านิ่งดูดาย

住在別人家時，不可以只是盯著瞧。
（引申義：在人家的家裡受人援助時，要懂得幫忙，不要淨是在一旁發愣）

③ กินอย่างหมู อยู่อย่างหมา

吃得像豬、活得像狗。（引申義：生活懶散）

④ กินอยู่กับปาก อยากอยู่กับท้อง

嘴巴一邊吃，肚子一邊餓。（引申義：水仙不開花，裝蒜）

這些是現在仍很流通應用的泰語慣用語喲！

鮮少登場卻使得泰語臻至圓滿的子音們

罕用子音及隱藏音節

在第 8 區裡，我們要來練習出現頻率低的罕用子音及隱藏音節。那麼，除了要記住這些較少使用的子音之外，也還要學會理解某些單字中，部分音節中子音所配合的母音沒有顯現出來，但必須唸出 /a/ 的發音規則，作為本區學習的目標。

罕用子音

到目前為止我們已經把常用的 28 個字母全部都學習完畢。那麼現在開始，我們來學習剩下 14 個較不常使用的罕用字母。這些字母主要是源自於梵語及巴利語的外來字母。

那麼，我們就開始來學習剩下的子音囉！
打起精神來，努力向終點衝刺吧！

是的！教練！

Exercise 74　那麼我們就來練寫剩下的罕用子音吧！

110.MP3

●中子音　共 2 個字母

字母	當首子音	當尾音	字母與配合單字
	d	-t	ฎ ชฎา dɔɔ cha-daa cha-daa（尖頂冠）的 d
ฏ	t	-t	ฏ ปฏัก tɔɔ pa-tàk pa-tàk（泰式趕牛棒）的 t

ฎ     

發音：發此音時需屏住氣息。

第 8 區

111.MP3

●高子音　共 3 個字母

字母　當首子音　當尾音　字母與配合單字

th ˇ　-t　ฐ ฐาน

thɔ̌ɔ thǎan

thǎan（塔座）的 th ˇ

發音：發此音時需配合口中強力送氣。

s ˇ　-t　ศ ศาลา

sɔ̌ɔ sǎa-laa

sǎa-laa（涼亭）的 s ˇ

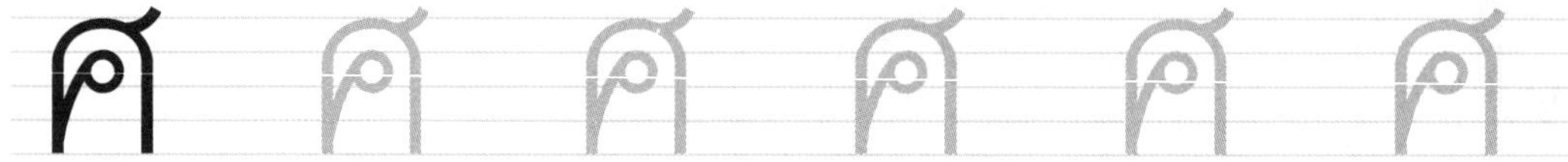

s ˇ　-t　ษ ฤาษี

sɔ̌ɔ rɯɯ-sǐi

rɯɯ-sǐi（隱士）的 s ˇ

112.MP3

●低子音　共 9 個字母

字母	當首子音	當尾音	字母與配合單字
ณ	n	-n	ณ เณร nɔɔ neen neen（小沙彌）的 n
ญ	y	-n	ญ หญิง yɔɔ yǐŋ yǐŋ（女人）的 y
ฬ	l	-n	ฬ จุฬา lɔɔ cùʔ-laa cùʔ-laa（泰式五角形風箏）的 l

ณ ณ ณ ณ ณ ณ

ญ ญ ญ ญ ญ ญ

ฬ ฬ ฬ ฬ ฬ ฬ

第8區

kh　　-k　　ฆ ระฆัง

khɔɔ ráʔ-khaŋ
ráʔ-khaŋ（鐘）kh

發音：發此音時需配合口中強力送氣。

  ฆ ฆ ฆ ฆ

ฌ

ch　　-　　ฌ เฌอ

chɔɔ chəə
chəə（樹）的 ch

發音：發此音時需配合口中強力送氣。

   ฌ 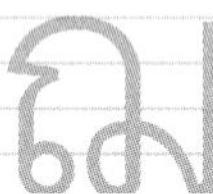 ฌ

ฑ

th　　-t　　ฑ มณโฑ

thɔɔ mon-thoo
mon-thoo（（泰國史詩人物）曼陀）的 th

發音：發此音時需配合口中強力送氣。

    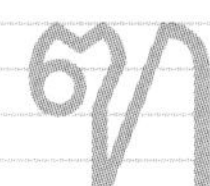 

th　　-t

ฒ ผู้เฒ่า

thɔɔ phûu-thâw
phûu-thâw（老人）的 th

發音：發此音時需配合口中強力送氣。

     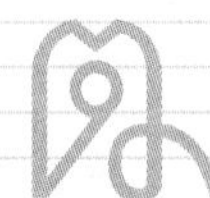

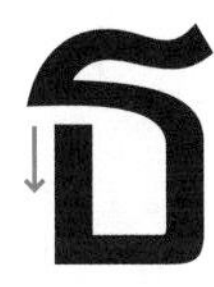

th　　-t

ธ ธง

thɔɔ thoŋ
thoŋ（旗幟）的 th

發音：發此音時需配合口中強力送氣。

ph　　-p

ภ สำเภา

phɔɔ săm-phaw
săm-phaw（帆船）的 ph

發音：發此音時需配合口中強力送氣。

我們將所有已經學過的子音，總整理如下表。

〈子音的分類〉

我們將子音分成兩個類項，①首先是基本的分為中子音、高子音及低子音。在①的前提之下接著本書再定義分為②共通子音（指低子音中與高子音相同發音的子音）及專屬子音（在中、高子音裡無相同發音的低子音字母）兩種。

〈首子音及尾音〉

表中的每個字母的下方都有標註首子音及尾音的標音系統。

有底色 ▢ 的是第 8 區才剛學的子音喔！
ย、ญ /y-/ 這兩個子音當作尾音時會分別變成 ย /y-/、ญ /-n/。發音不同，請特別留意。

①中子音　共 9 個字母		ก k/-k	จ c/-t	ด d/-t	ต t/-t	บ b/-p	ป p/-p	อ ʔ/-
				ฎ d/-t	ฏ t/-t			
②高子音　共 10 個字母		ข khˇ/-k	ฉ chˇ/-t	ถ thˇ/-t	ผ phˇ/-p	ฝ fˇ/-p	ส sˇ/-t	ห hˇ/-
				ฐ thˇ/-t			ศ sˇ/-t	
							ษ sˇ/-t	
③低子音 共 23 個字母	a. 共通子音 共 13 個字母	ค kh/-k	ช ch/-t	ท th/-t	พ ph/-p	ฟ f/-p	ซ s/-t	ฮ h/-
		ฆ kh/-k	ฌ ch/-	ธ th/-t	ภ ph/-p			
				ฑ th/-t				
				ฒ th/-t				
	b. 專屬子音 共 10 個子音	ง ŋ/-ŋ	น n/-n	ม m/-m	ย y/-y	ร r/-n	ล l/-n	ว w/-w
			ณ n/-n		ญ y/-n		ฬ l/-n	

※全部44個子音裡，ฃ /khˇ/ 和 ฅ /kh/ 是現代已經沒有再使用的字母，所以本書略過不提。

Exercise 75 **請聽音檔，並邊唸邊記吧！記得在每個子音裡加上母音 /ɔɔ/ 來發音看看喲。**（解答 → P.168）

113.MP3

① ธ	② ศ	③ ภ	④ ณ	⑤ ฒ	⑥ ฎ	⑦ ญ
⑧ ฆ	⑨ ษ	⑩ ญ	⑪ ธ	⑫ ภ	⑬ ฐ	⑭ ณ
⑮ ฒ	⑯ ฏ	⑰ ศ	⑱ ฑ	⑲ ษ	⑳ ฬ	㉑ ฌ

第8區

首子音

114.MP3

ภ（低子音）＋ า ＋ พ（促音節）＝ 二聲
ph aa -p

ภาพ 畫；畫面

phâap

ภาพ ภาพ ภาพ ภาพ

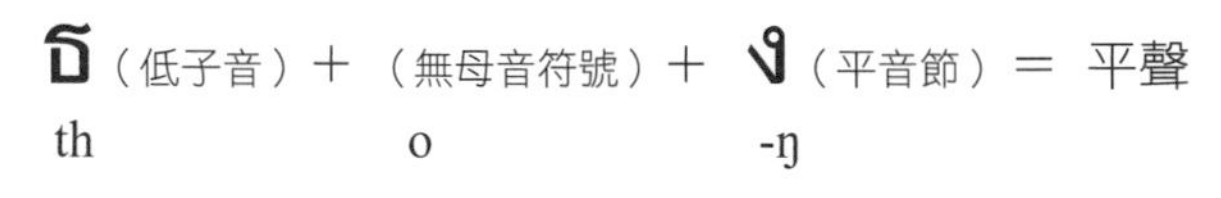

ธ（低子音）＋（無母音符號）＋ ง（平音節）＝ 平聲
th o -ŋ

ธง 旗幟

thoŋ

Exercise 76 請將下列的泰語單字改成標音系統。（解答 → P.168）

① อาศัย ________
依賴；居住

② ภาษา ________
…語、語言

③ ญี่ปุ่น ________
日本

④ ส่วนใหญ่ ________
大部分

⑤ กีฬา ________
運動、體育活動

⑥ ธันวาคม ________
12 月

⑦ ผู้เฒ่า ________
老人

⑧ เณร ________
小沙彌

⑨ พื้นฐาน ________
基礎、基本

⑩ นักศึกษา ________
大學生

尾音

116.MP3

ค（低子音）+ ู + -ณ（平音節）= 平聲

kh uu -n

คูณ（數學）乘

khuun

คูณ คูณ คูณ คูณ คูณ

ม（低子音）+ เ + -ฆ（促音節）= 二聲

m ee -k

เมฆ 雲

mêek

เมฆ เมฆ เมฆ เมฆ เมฆ

พ + ิ（促音節）+ ศ（高子音）+ เ + -ษ（促音節）

ph iʔ s ee -t

第 1 音節 三聲 第 2 音節 一聲

พิเศษ 特別的

phíʔ-sèet

พิเศษ พิเศษ พิเศษ

Exercise 77 請將下列的泰語單字改成標音系統。（解答 → P.168）

117.MP3

① คุณ ________
你

② อิฐ ________
磚塊

③ โลภ ________
貪慾

④ อาวุธ ________
武器

⑤ ทำบุญ ________
積陰德

⑥ อากาศ ________
氣候、天氣、空氣

⑦ กระดาษ ________
紙

⑧ ครุฑ ________
（小乘佛教中的神鳥）迦樓羅

⑨ ปลาวาฬ ________
鯨魚

⑩ กฎหมาย ________
法律

隱藏音節 /a/ 1

當一個單字是兩個子音連續接在一起的話，通常第一個子音裡面都有一個隱藏音節存在。原則上來說，是在第一子音跟第二子音裡加前一個 ะ /a/ 的發音，也就是指第一個音節要唸「第一子音＋ ะ /a/ （平聲）」的音，然後第二個音節則是按照第二子音的發音規則唸讀即可。

ส ＋（隱藏音節 /a/ ）＋ บ（中子音）＋ า ＋ ย（平音節）
s a b aa -y
第 1 音節 平聲 第 2 音節 平聲

118.MP3

สบาย 舒暢、舒適 สบาย สบาย สบาย
sa-baay

ท ＋（隱藏音節 /a/）＋ ห（高子音）＋ า ＋ ร（平音節）
th a h aa -n
第 1 音節 平聲 第 2 音節 四聲

ทหาร 軍人 ทหาร ทหาร ทหาร
tha-hǎan

ม +（隱藏音節 /a/）+ ล（低子音）+ แ + ง（平音節）

m a l εε -ŋ

第 1 音節 平聲 第 2 音節 平聲

แมลง 昆蟲 แมลง แมลง แมลง

ma-lɛɛŋ

如果單字的母音是像 แ 一樣置於左側時，要放在第一子音的左側，這點請多多留意！

119.MP3

第 8 區

Exercise 78 一邊聽音檔，一邊唸讀看看吧！（解答 → P.168）

ชบา	คดี	แสดง	พนัน
木槿花	（警察用語）事件；案件	表示；表演	賭博
สถานี	กวี	ขบวน	สบู่
車站	詩人	遊行隊伍、（列車量詞）列	肥皂
ฉบับ	พยัก	พนักงาน	ทวีป
（量詞）…本、…封	點頭（示意）	工作人員	（洲別）大陸

120.MP3

Exercise 79 請將下列的泰語單字改成標音系統。（解答 → P.168）

（解答 → P.168）

① ผสม ________
攪拌

② ธนาคาร ________
銀行

③ พยาบาล ________
護士

④ เฉพาะ ________
只有、僅

⑤ อธิบาย ________
說明

⑥ ชนิด ________
種類

⑦ นามสกุล ________
姓、姓氏

⑧ อดีต ________
過去

⑨ รหัส ________
代碼、暗號；密碼

⑩ พลัง ________
力量、精力

但是必須注意到，如果是在下表所述的音節結構下，第 2 個音節的聲調規則會產生變化。

第 1 個音節			第 2 個音節	
第 1 個子音		聲調	第 2 個子音	聲調
中子音	a	平聲	低子音（專屬子音） （ ง น ม ย ญ ร ล ว ）	→中子音化
高子音	a	平聲	低子音（專屬子音） （ ง น ม ย ญ ร ล ว ）	→高子音化

121.MP3

ต（中子音）＋（隱藏音節）＋ ล（低子音（專屬子音））＋ า ＋ ด（促音節）
t a l aa -t
第 1 音節 平聲 第 2 音節 中子音化＝一聲

ตลาด 市場 ตลาด ตลาด ตลาด

ta-làat

ส（高子音）＋（隱藏音節）＋ น（低子音（專屬子音））＋ ุ ＋ ก（促音節）

s a n u -k

第 1 音節 平聲　　第 2 音節 高子音化＝一聲

สนุก 好玩、有趣

sa-nùk

สนุก สนุก สนุก สนุก

Exercise 80 一邊聽音檔，一邊唸讀看看吧！（解答 → P.168）

122.MP3

สนาม	ถนน	เฉลียว	เจริญ
廣場；草地	大馬路、大道	想到、察覺到	發展
ตลิ่ง	องุ่น	เขย่า	เขม้น
河堤、河畔	葡萄	搖晃	凝視
ถนัด	ผลิต	สนับสนุน	สวัสดี
熟練	生產（產品）	支援、支持	你好

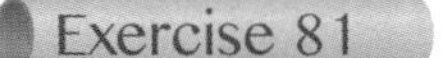

Exercise 81 請將下列的泰語單字改成標音系統。（解答 → P.168）

123.MP3

① ฉลอง ＿＿＿＿＿
祝、祝福

② ขยัน ＿＿＿＿＿
勤奮

③ ตลก ＿＿＿＿＿
滑稽、好笑

④ อร่อย ＿＿＿＿＿
好吃、美味（注意，第 2 音節是短母音）

⑤ จมูก ＿＿＿＿＿
鼻子

⑥ องุ่น ＿＿＿＿＿
葡萄

⑦ เสมอ ____________
總是、一直

⑧ ฉลาด ____________
聰明

⑨ ขนม ____________
甜點、零食

⑩ ตวาด ____________
怒吼

124.MP3

隱藏音節 /a/ 2

隱藏音節的應用還有一種情況，就是在單字的結構裡，同一個子音身兼二職的發音。簡單的說，就是同一子音同時兼具前一個音節的尾音及下一個音節的首子音時，隱藏音節 /a/ （平聲）則接續成為下一個音節的母音。

ก ＝先當作尾音 -k，然後同一個 ก 再當作下一個音節的首子音＋隱藏音節 /a/（平聲）

túk-ka-taa

ล ＝先當作尾音 -n，然後同一個 ล 再當作下一個音節的首子音 l ＋隱藏音節 /a/（平聲）

ผลไม้ 水果 ผลไม้ ผลไม้ ผลไม้ ผลไม้

phǒn-la-máy*

* **/máay/** 這個音泰國人在唸時習慣性會將發音稍稍拉長一點。

當隱藏音節 /a/ 遇見雙子音時…

這種身兼二職與隱藏音節結合的子音，後方再接續的音節很可能也會是雙子音。此時隱藏音節 /a/ 一樣能跟後方雙子音的音節結合，並成為該雙子音的母音。

ต ＝先當作尾音 -t，然後同一個 ต 再當作下一個音節中的雙子音（的第一個子音）tr ＋隱藏音節 /a/（平聲）

มิตรภาพ **mít-tra-phâap** 友情

當隱藏音節 /a/ 遇見低子音（專屬子音）時…

當身兼二職的同一子音為中子音或高子音，且後方的第 3 音節的首子音又屬於低子音的專屬子音時，該第 3 個音節的發音規則會分別變化成中、高子音化。（請參照 118 頁）

即身兼二職的同一子音（中子音／高子音）+ 第 3 音節（低子音中的專屬子音 ง / น / ม / ย / ญ / ร / ล / ว）=，中子音化／高子音化。

ศ（高子音）＝先當作尾音 -t，然後同一個 ศ 再當作下一個音節的首子音（高子音）s ＋隱藏音節 /a/（平聲）＋第 3 音節首子音（為低子音中的專屬子音）＝高子音化

เทศนา **thêet-sa-nǎa** 說教；講經、講道

隱藏音節的用法有比較複雜點，建議可以將單字一個一個記下，看久了就會懂囉！

125.MP3

Exercise 82 **一邊聽音檔，一邊唸讀看看吧！**（解答 → P.169）

ศิลปะ	ชนบท	วัลภา	คุณภาพ
藝術	鄉下	（小名）愛妃	品質
พัทยา	สุขภาพ	กิจการ	รัฐบาล
芭達雅	健康	事業	政府
พัฒนา	อัญมณี	เทศกาล	สกปรก
開發	寶石	慶典、節日	骯髒

Exercise 83

請將下列的泰語單字改成標音系統。有畫底線的是同時作為前音節的尾音及後音節首子音的字母。

（解答 → P.169）

126.MP3

① ราชการ ________
公務

② มหาวิทยาลัย ________
大學

③ โฆษณา ________
廣告

④ อุทยาน ________
國家公園

⑤ ปกติ ________
總是、一般

⑥ อัตรา ________
比率（此題為雙子音）

⑦ มกราคม ________
一月

⑧ จักรยาน ________
腳踏車（此題為雙子音）

⑨ ริษยา ________
嫉妒（此題為高子音化）

⑩ ทุจริต ________
貪污、舞弊（此題為中子音化）

127.MP3

Exercise 84 請試讀以下的短句。（解答 → P.169）

① อาหารญี่ปุ่นทั้งอร่อยและดีต่อสุขภาพ

日本料理既美味，也有益健康。

② นักศึกษามหาวิทยาลัยนี้ส่วนใหญ่เรียนจบห้าปี

這所大學的學生大體上都是在念完 5 年畢業。

③ ตลาดใกล้สถานีขายผลไม้ เช่น องุ่น

車站附近的市場，有在賣葡萄等水果。

④ รัฐบาลสนับสนุนให้คนเมืองไปอยู่ชนบท

政府鼓勵都市的人往農村移居。

⑤ แฟนทำขนมหวานอร่อย ส่วนผมถนัดกิน

我的情人很會做好吃的甜品，且我也很會吃。

從這裡開始，一切不按牌理出版！勇渡最後的大難關！

符號與其他不成文的規則

第 9 區我們要來學習泰語發音中剩下的各種符號及其他特殊的唸讀方式。而正因為這區裡是剩下的是所有特殊的唸法或寫法，所以我們的學習目標將著重的將不是在規則上，而是將所有的「特例」，一個不剩地照單全收。

聽好了！接著要把之前學過的一切都暫時拋諸腦後！不然就沒辦法完成第 9 區的學習囉！

第 9 區的內容真的不要去想規則，將單字一個個地勤記下來了才是上策。

咦！毫無規則可言，那是指要怎麼樣都可以隨心所欲嗎？

哈哈哈！這就是泰語令人感到驚奇之處！

1. 默音字／默音符號

泰語中有所謂的默音字（ตัวการันต์ [tua-kaa-ran]），就是指字面上有某個字在唸讀時是不發音的，而用到默音字的單字一般是源自於梵語、巴利語或英語等外來語。形成默音字的條件有二：①在默音字上加上默音符號 ์（ไม้ทัณฑฆาต [máy-than-tha-khât]），②則是沒有加默音符號，但其本身就是一個默音字。由於①默音符號（ ์ ）在標註時是寫在字母的上方，所以能夠一目了然，但是②沒有默音符號的默音字就沒有規則可以判斷，所以就是需要依單字一個一個記下了。

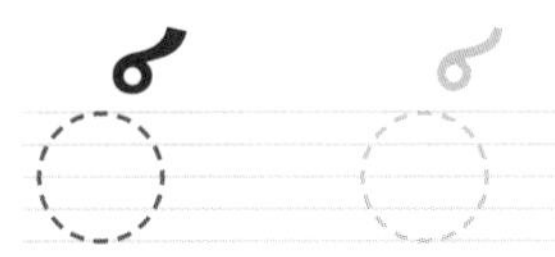

128.MP3

（1）有默音符號的默音字

默音符號會標註在子音或是母音符號的上方。只要有它出現，這個字母便不發音。

ยักษ์	yák	夜叉	來自梵語的拼音字
แพทย์	phɛ̂ɛt	醫師	來自梵語的拼音字
เบียร์	bia	啤酒	來自英語的拼音字
เสิร์ฟ	sə̀əp	上菜、送餐	來自英語的拼音字
สิทธิ์	sìt	權利	子音跟母音都變成默音字

第9區

（2）無默音符號的默音字

129.MP3

บัตร	bàt	（信用卡等有功用的）…卡	ร 不發音
สามารถ	sǎa-mâat	會、能	ร 不發音
เสร็จ	sèt	完成	ร 不發音
เศร้า	sâw	傷心、難過	ร 不發音
ไซร้	sáy	（強調）是那樣	ร 不發音
จริง	ciŋ	真的	ร 不發音
พราหมณ์	phraam	婆羅門教	ห 不發音
วันจันทร์	wan can	星期一	ท 不發音
กษัตริย์	ka-sàt	王	ริ 不發音

另外還有只有母音符號不發音的情況。但這只會出現在當尾音是 ◌ิ 跟 ◌ุ 的情況下。

130.MP3

ญาติ	yâat	親戚	只有 ◌ิ 不發音
เหตุผล	hèet-phǒn	理由	只有 ◌ุ 不發音
ภูมิใจ	phuum-cay	很榮幸、感到驕傲	只有 ◌ิ 不發音

2. ร 的特殊發音方式

我們已經在第 2 區時就學過，ร 當首子音時是唸成 /-r/，當尾音時是唸成 /-n/。然而在這裡要再追加說明 ร 的三種特殊用法。接著讓我們透過每一個單字，把唸法跟寫法都記下來吧！

（1）當 ร 接在 ท 的後面成 ทร 時，這時候它的唸法等於 ซ /s/。

131.MP3

ทราบ	sâap	明白
กระทรวง	kràʔ-suaŋ	（內政部等的）…部、部署

（2）當 ร 跟是兩個並列在一起變成 รร 時。

132.MP3

（a）子音＋ รร：唸成 /an/

กรรไกร	kan-kray	剪刀	
ภรรยา	phan-ra-yaa	妻子	第 2 個 ร 也是身兼二職，除了是前方隱藏音節 /a/ 後的尾音，也是後方音節的首子音

（b）子音＋ รร ＋尾音：唸成 /a/

กรรม	kam	業障	
พรรค	phák	黨	
สุวรรณภูมิ	sùʔ-wan-na-phuum	（機場名）蘇凡納布國際機場	第 2 個 ณ 也是身兼二職，除了是前方隱藏音節 /a/ 後的尾音，也是後方音節的首子音

（3）子音（無母音）＋尾音（ร）：子音＋ /ɔɔn/

133.MP3

ละคร	láʔ-khɔɔn	連續劇
อวยพร	ʔuay- phɔɔn	祝福

（4）子音（จ/บ/ท/ธ/ม）＋ ร：子音（จ/บ/ท/ธ/ม）＋ /ɔɔ/ ＋ /r/

134.MP3

①若是 ร /r/ 後沒接母音的情況下，發音時便後接隱藏音節的母音 /a/（平聲）

ทรมาน thɔɔ-ra-maan 痛苦

②若是 ร /r/ 後有接母音的情況下，發音時便接續該母音唸讀

บริษัท bɔɔ-ríʔ-sàt 公司

ร 真的是一個變化多端的字母呢！

這裡與其在那邊苦記規則，還是不如直接把單字的唸法記下來還快多了喔！

3. ฤ /ฤๅ 剩餘母音（สระเกิน〔sa-ràʔkəə〕）

135.MP3

剩餘母音是指一個字母裡，同時已經含有子音及母音組合的音。ฤ 可以唸 /rɯ/, /ri/, /rəə/ 這三種發音，而 ฤๅ 則唸 /rɯɯ/ 的音。

/rɯ/, /ri/, /rəə/

ฤๅ ฤๅ

/rɯɯ/

136.MP3

ฤดู	rɯ́ʔ-duu	季節	/rɯ/
พฤศจิกายน	phrɯ́t-sa-cìʔ-kaa-yon	11 月	/rɯ/
ฤทธิ์	rít	神威	/ri/
อังกฤษ	ʔaŋ-krìt	英國	/ri/
ฤกษ์	rə̂ək	吉日、吉時	唸 /rəə/ 的單字只有這一個
ฤๅษี	rɯɯ-sǐi	隱士	使用 ฤๅ 的單字只有這一個

4. 與聲調的規則不同的發音

137.MP3

也有一些是無法依循一般的聲調規則來發音的特例發音單字。

	若是依照聲調規則來發音時	實際上的發音	
ประมาท	pràʔ-mâat	pràʔ-**màat**	大意、粗心大意
ประโยค	pràʔ-yôok	pràʔ-**yòok**	句子
ประวัติ	pràʔ-wát	pràʔ-**wàt**	背景、來歷
ตำรวจ	tam-rûat	tam-**rùat**	警察
สำเร็จ	sǎm-rét	sǎm-**rèt**	完成、成功

這些單字幾乎都是源自梵語、巴利語等的外來語單字。是依其原語的發音為基礎的唸法。

這個 ประวัติ 單字中，也不要忽略掉 ◌ั 是默音字裡不發音的母音喔！

5. 特殊拼寫的字母

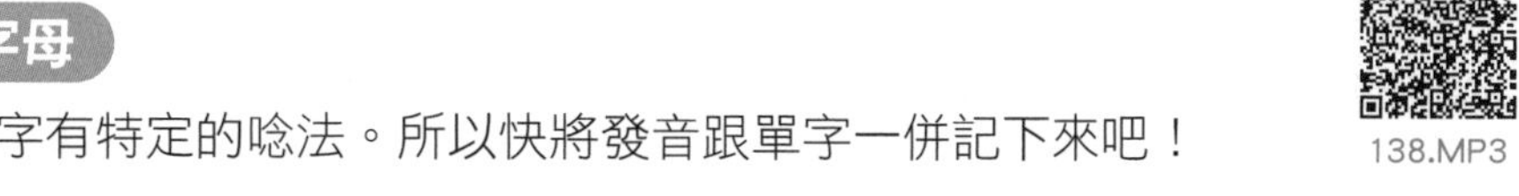
138.MP3

下面這兩個單字有特定的唸法。所以快將發音跟單字一併記下來吧！

ก็ ก็

[kɔ̂ɔ] 也

◌็ 這個符號原則上都是跟母音符號一起配合使用的，但唯獨在這個單字中，會直接放在 ก 的上方變成 ก็。發音時唸則〔kɔ̂ɔ〕。

ไทย ไทย

[thay] 泰國

雖然 ไ◌ /ay/ 的音節中雖然已經包括尾音的部分了，但是這個字仍然會把尾音 ย /-y/ 又加上去。

6.其他及省略符號

（1）ๆ 重複符號（ไม้ยมก〔máy-ya-mók〕）

139.MP3

重複符號的功能在於將單字中前接的音節重複再唸一次。記得書寫時符號與前音節之間必需要空一格。

ๆ ๆ

ใกล้ ๆ　klây-**klây**　近

เด็ก ๆ　dèk-**dèk**　孩子們

（2）ฯ 小省略符號（ไปยาลน้อย〔pay-yaan-nɔ́ɔy〕）

140.MP3

泰語中因為有些單字太長太累贅，所以小省略符號的功能在於將較長的單字中的一部分做出省略使用，一般多用於專有名詞。記得書寫時符號與前音節之間必須要空一格。

ฯ ฯ

กรุงเทพฯ =กรุงเทพมหานคร	kruŋ-thêep =kruŋ-thêep ma-hǎa na-khɔɔn	曼谷
นายกฯ = นายกรัฐมนตรี	naa-yók =naa-yók-rát-tha-mon-trii	首相

（3）ฯลฯ 大簡略符號（ไปยาลใหญ่〔pay-yaan-yày〕）

141.MP3

這個符號一般接在列舉的事物之後，表示「…等等」的意思。當在句子中時要唸〔pên-tôn〕或〔lɛ́ ʔɯ̀ɯn-ɯ̀ɯn〕的音。

ฯลฯ ฯลฯ

ในครัว มีหม้อ มีด จาน ช้อน ฯลฯ

nay khrua mii mɔ̂ɔ mîit caan chɔ́ɔn **pen-tôn**
/ nay khrua mii mɔ̂ɔ mîit caan chɔ́ɔn **lɛ́ʔ ʔɯ̀ɯn-ʔɯ̀ɯn**

廚房裡有鍋子、菜刀、盤子、湯匙等用品。

（4）省略用語

142.MP3

省略用語「.」，可用於一般的單字，特別是組織、團體名這些專有名詞也有常用。「.」的省略標記方法依一般單字或各組織團體的不同，進行個別的標記。

省略用語	單字		
น.	นาฬิกา	naa-líʔ-kaa	（時間）…點（鐘）；手錶、時鐘

โทร.	โทรศัพท์	thoo-ra-sàp 或 thoo	TEL（電話）
น.ส.	นางสาว	naaŋ sǎaw	（未婚女性）Miss（小姐）
ด.ช.	เด็กชาย	dèk chaay	男孩
ด.ญ.	เด็กหญิง	dèk yǐŋ	女孩
เม.ย.	เมษายน	mee-sǎa-yon	4 月
ค.ศ.	คริสต์ศักราช	khrít-sàk-ka-ràat （khɔɔ.sɔɔ.）	西曆、西元
พ.ศ.	พุทธศักราช	phút-tha-sàk-ka-ràat （phɔɔ.sɔɔ.）	佛曆
กทม.	กรุงเทพมหานคร	kruŋ-thêep ma-hǎa na-khɔɔn （kɔɔ.thɔɔ.mɔɔ.）	曼谷
ส.ค.ส.	ส่งความสุข	sòŋ khwaam-sùk （sɔɔ.khɔɔ.sɔɔ.）	賀年卡 （獻上祝福）之意
ป.ล.	ปัจฉิมลิขิต	pàt-chǐm-líʔ-khìt （pɔɔ.lɔɔ.）	追加

一般的單字雖然書寫時簡略，但是發音時還是按原本的發音唸讀。而上方有列（ ）的單字，則是常會習慣以該子音＋ /ɔɔ/ 的方式唸讀。

7. 慣用發音

也有些泰語單字在實際會話中的交談時，唸讀出來的音，與該字面上的字母發音規則相異的情況。

143.MP3

（1）忽長忽短的母音

	文字面標記得發音	實際會話上的發音	
ใต้	tây	tâay	南、南邊
ไม้	máy	máay	樹、樹木
น้ำ	nám	náam	水
เช้า	cháw	cháaw	早上

/ay/, /am/, /aw/ 這三個音在實際會話中，會變成發出 /aay/, /aam/, /aaw/ 的音（長音）。

是的！而且還有以下的潛規則可以依循。

144.MP3

雖然母音的長短變化是依單字而異，但是大體上在音節的後方若是①沒有再接別的音節，那麼母音就會變長，但若是②有接別的音節時，那麼母音就變短的傾向在。

①			①			②		
น้ำ	náam	水	ห้องน้ำ	hɔ̂ŋ-náam	洗手間、廁所	น้ำส้ม	nám-sôm	柳橙汁
ไม้	máay	木材	ดอกไม้	dɔ̀ɔk-máay	花	ไม้ไผ่	máy-phày	竹子

145.MP3

（2）聲調變得不一樣

	文字面標記得發音	實際會話上的發音	
ไหม	mǎy	máy	（態度認真、當下的確認）…嗎？
หนังสือ	nǎŋ-sɯ̌ɯ	náŋ-sɯ̌ɯ	書
ฉัน	chǎn	chán	（女性）我
เขา	khǎw	kháw	他

四聲都會唸成三聲喔！

146.MP3

（3）母音的長短跟聲調都產生變化

	文字面標記得發音	實際會話上的發音	
หรือเปล่า	rɯ̌ɯ-plàw	rɯ́-plàaw	（提出確認的詢問）是不是…？、是…嗎？

8. 源自英文的單字

源自於英文的外來語，實際發音時其聲調及母音的長短往往跟字面上是不一樣的，所以這一類的單字也是需要硬記下來。

147.MP3

用泰文拼寫英文字母時如下：

A = เอ〔ʔee〕	B= บี〔bii〕	C = ซี〔sii〕	D = ดี〔dii〕
E = อี〔ʔii〕	F = เอฟ〔ʔéef〕	G = จี〔cii〕	H = เอช〔ʔéet〕*
I = ไอ〔ʔay〕	J = เจ〔cee〕	K = เค〔khee〕	L = เอล〔ʔɛɛw〕*
M = เอ็ม〔ʔem〕	N = เอ็น〔ʔen〕	O = โอ〔ʔoo〕	P = พี〔phii〕
Q = คิว〔khiw〕	R = อาร์〔ʔaa〕	S = เอส〔ʔées〕	T = ที〔thii〕
U = ยู〔yuu〕	V = วี〔wii〕	W = ดับเบิลยู〔dàp-bə̂n-yuu〕	
X = เอ็กซ์〔ʔék〕	Y = วาย〔waay〕	Z = เซด〔sêt〕	

（資料來源：泰國皇家學院）

* 原則上英文字母的泰文標記如上表所示。但在實際的會話上，會有發音不一致的狀況發生。例如，、L 的發音標記雖然為〔ʔeen〕，但一般都會唸成〔ʔɛɛ〕。此外，也有人把 H 唸成〔hé〕的音。

148.MP3

คอมพิวเตอร์	khɔm-phiw-tə̂ə	電腦
แม็คโดนัล	mɛ́k-doo-nân	麥當勞
บีทีเอส	bii-thii-ʔées	BTS（空鐵）
เซ็นทรัลเวิลด์	sen-thrân-wəən	（泰國購物中心名）中央世界購物中心
ท็อป	thɔ́p	（超市名）TOP；頂尖

149.MP3

Exercise 85 **一邊聽音檔，一邊唸讀看看吧！**（解答 → P.169）

默音字	เบอร์ 號碼	กอล์ฟ 高爾夫球	อาจารย์ 教師、老師	คำศัพท์ 單字	มนุษย์ 人類
◌ิ 和 ◌ุ	ชาติ 國家、國	สมบัติ 財產	ภูมิใจ 很榮幸、感到驕傲	ธาตุ 礦物	สาเหตุ 原因

第9區

ร	เนตร	เมตร	สระ	สร้าง	ลิตร
	眼睛	公尺	池塘、池子	建造	公升
ร	ทราย	ธรรม	วรรค	อักษร	บรรทุก
	沙、沙子	佛法	（句間）空格、（詩）段、節	文字	運載、裝載

Exercise 86 請將下列的泰語單字改成標音系統。（解答 → P.170）

150.MP3

① วันสงกรานต์ ____________
（泰國舊曆法的正月）潑水節

② ตักบาตร ____________
（向托缽的僧人）齋僧；提供食物供養

③ การจราจร ____________
交通

④ เปิดบริการ ____________
營業

⑤ ชาวต่างชาติ ____________
外國人

⑥ ข้าง ๆ ____________
旁邊

⑦ สามารถ ____________
會、能

⑧ พิพิธภัณฑ์ ____________
博物館

⑨ คำศัพท์ ____________
單字

⑩ วัฒนธรรม ____________
文化

Exercise 87 **請試讀以下的短句。**（解答 → P.170）

151.MP3

① สิบสามเมษายนคือวันสงกรานต์และวันปีใหม่ของไทย
4 月 13 日是潑水節的日子，也是泰國舊曆法中的正月。

② คนไทยจะไปทำบุญ ตักบาตร ฟังเทศนา ฯลฯ
泰國人會布施、齋僧及（到寺廟裡去）聽經。

③ การจราจรในกรุงเทพฯ จะสะดวกสบาย
曼谷的交通會比較便利。

④ พิพิธภัณฑ์ส่วนใหญ่ก็เปิดบริการปกติ
多數的博物館都照常營業。

⑤ เด็ก ๆ และชาวต่างชาติ สามารถชมฟรี
孩子們跟外國人都可以免費的觀賞。

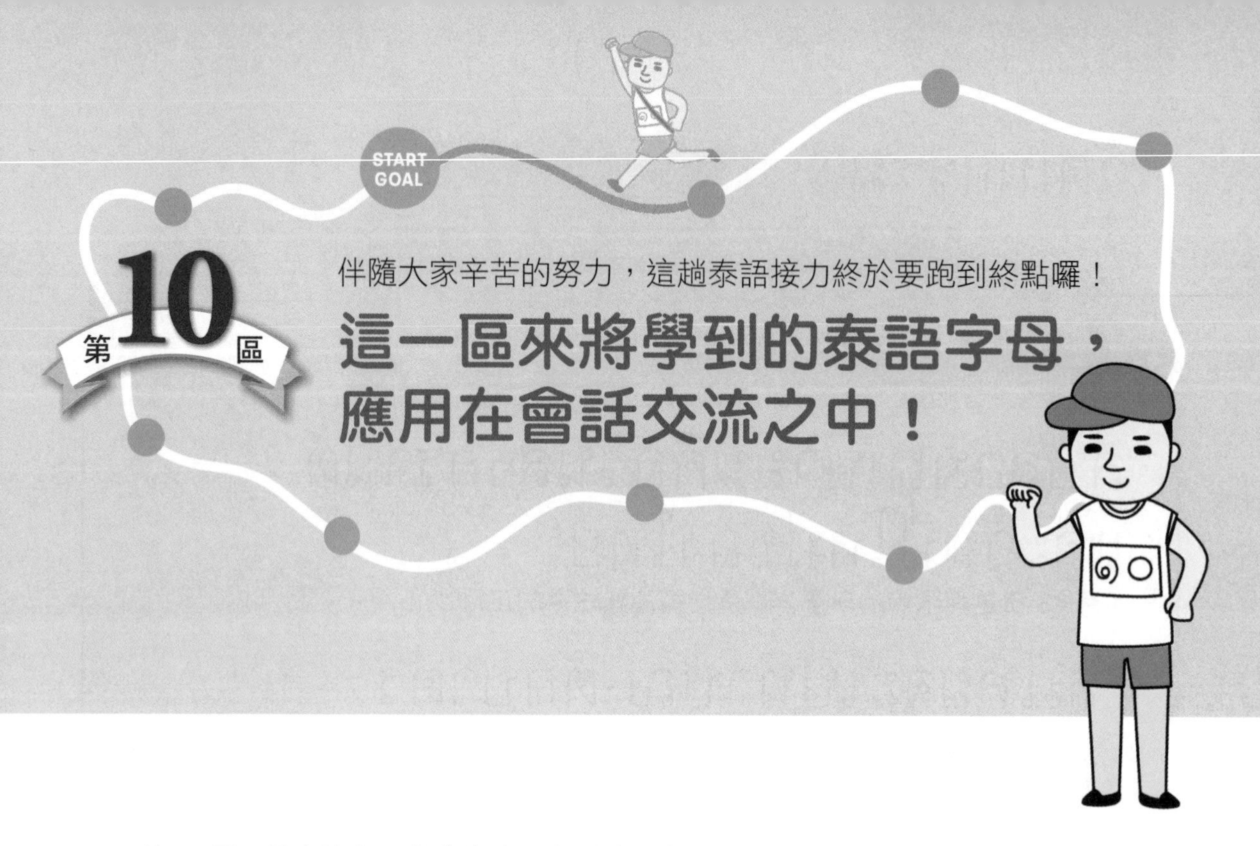

第 10 區，是泰語字母學成後的綜合測驗。這一區，我們要將透過練習題，達到字母、單字、文章能讀能寫的境界，作為本區的重點目標。

Exercise 88 **請將下面各題中的泰語字母重排，並拼寫出國名的單字來吧！**（解答 → P.170）

152.MP3

				泰語	中譯
①	มา	เซีย	เล	________	(　　　)
②	โก	ซิ	เม็ก	________	(　　　)
③	กัม	ชา	พู	________	(　　　)
④	อิ	ลี	ตา	________	(　　　)
⑤	โก	มอง	เลีย	________	(　　　)
⑥	เลีย	ออส	เตร	________	(　　　)

⑦	เกส	โปร	ตุ		______ (　　　　)
⑧	นี	อิน	เซีย	โด	______ (　　　　)
⑨	ลิป	ฟิ	ปินส์		______ (　　　　)
⑩	โอ	ธิ	เปีย	เอ	______ (　　　　)

Exercise 89 一邊聽音檔，一邊將下圖中的人名及地名唸讀看看吧！

（解答 → P.171）

153.MP3

（男性）人名：	จิรายุ	ศรัญยู	ปริญญา	ธนภพ	นิธิ
（女性）人名：	การะเกด	ลลิตา	วันมาฆ์	กิรนันท์	เกศสุรางค์
（男性）暱稱：	ไอซ์	ป๊อป	เอก	เจแปน	หนุ่ม
（女性）暱稱：	หวาน	พลอย	ยุ้ย	โบว์	เปิ้ล
泰國的地名：	ชลบุรี	ชุมพร	หนองคาย	ลพบุรี	ลำปาง
曼谷的地名：	หัวลำโพง	เยาวราช	สุขุมวิท	สีลม	ดอนเมือง
日本的地名：	โตเกียว	เกียวโต	โอซาก้า	นาโกย่า	ชินจุกุ
設施名稱：	เซเว่น	บิ๊กซี	เอ็มอาร์ที	เอ็มบีเค	จตุจักร

Exercise 90　請將下面的對話，用電腦或是智慧型手機等設備輸入看看吧！
（解答 → P.171）

泰文字的鍵盤使用說明：①使用頻率高及②使用頻率低的文字會分別各放在鍵盤上的同一面。要切換兩面時，請按 Shift（⬆）鍵。那麼，請看下圖進行泰文鍵盤的確認吧！

【泰文字母鍵盤表】

泰文的聊天訊息

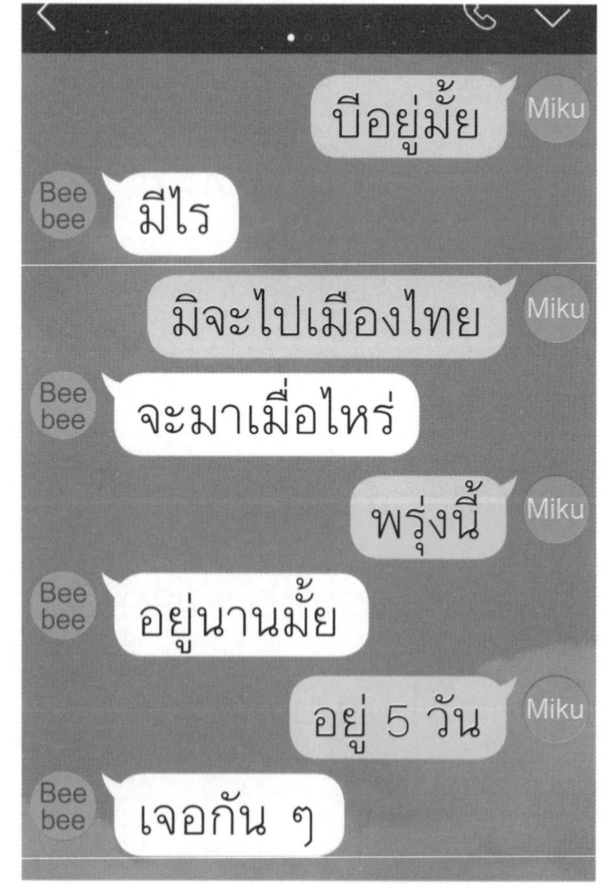

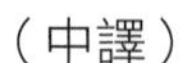
（中譯）

154.MP3

Miku：　Bee，你在嗎？

Beebee：怎麼了？

Miku：　我準備要去泰國。

Beebee：妳什麼時候到呢？

Miku：　明天到。

Beebee：會待很長的時間嗎？

Miku：　我打算待 5 天。

Beebee：那我們見個面吧！

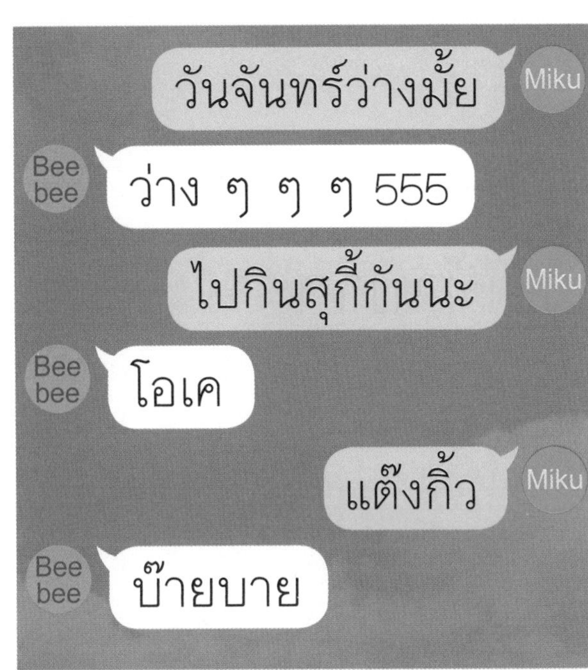

Miku： 星期一你有空嗎？

Beebee：有呀！有呀！哈哈哈。

Miku： 我們去吃泰式火鍋吧！

Beebee：OK ！

Miku： Thank you!

Beebee：Bye-bye!

※ 上面的內容是泰國人在 SNS（社交網站）上經常使用較鬆散的表達方式。

Exercise 91 **請試讀以下的短句。**（解答 → P.172）

155.MP3

泰語的繞口令

① ไหมใหม่ไม่ไหม้ใช่ไหม 新的絲綢燒不起來對吧？

② ใครขายไข่ไก่ 誰在賣雞蛋？

③ ยายกินลำไย น้ำลายยายไหลย้อย
外婆吃龍眼，口水都流了下來。

④ ม้ามากับหมา 馬跟狗一起來。

⑤ หมู หมึก กุ้ง 豬、花枝、蝦子

⑥ หมึกหกเลอะมุ้ง มุ้งเลอะหมึกหมด
由於打翻墨水灑滿了蚊帳，所以整個蚊帳都被墨水沾滿了。

⑦ เอาเป็ดผัดเผ็ดแปดจาน 請給我 8 盤超辣炒鴨肉。

Exercise 92 請試讀以下的短句。（解答 → P.173）

156.MP3

泰語的慣用表現

① ขยันเหมือนมด　像螞蟻一樣的勤奮

② ง่ายเหมือนปอกกล้วยเข้าปาก
像剝開香蕉皮再塞入口中一樣

③ ใจเย็นราวกับน้ำ　像水一樣地冷靜

④ ตาเป็นสับปะรด
像鳳梨眼（外皮表面的凹凸像很多的眼睛）一樣

⑤ ดีใจดังได้แก้ว　簡直像是得到寶石一樣的喜悅

⑥ ที่เท่าแมวดิ้นตาย　像貓垂死掙扎般時（狹小）的土地

⑦ พูดเหมือนมะนาวไม่มีน้ำ
講話像乾澀的萊姆一樣（= 講話不討喜）

⑧ เรียบร้อยราวกับผ้าพับไว้
像整齊折好的布一樣（= 禮儀端正）

⑨ สวยราวกับนางฟ้า　美若天仙

⑩ เหมือนราวกับแกะ　像羊一樣相似（= 臉極為相似）

這樣講泰語最道地！

Exercise 93 **我們以下面的卡片為參考，來試做賀年卡、生日卡吧！**

賀年卡

生日卡

那麼，就依上述的樣本，趕快實際動手試做屬於自己的卡片吧！

①、②的欄位可以在下面的範例中選Ⓐ～Ⓚ來填入，③的欄位就請填上自己的名字吧！

①	
②	kowit sitthi/shutterstock.kom
③	

157.MP3

【範例】（分析 → P.174）

Ⓐ สวัสดีปีใหม่ ๒๕๖๔

（佛曆）2564 年（西元 2021 年），新年快樂。
（卡片上的年數 ๒๕๖๔ 為（佛曆 2561 年 =2018 年）

Ⓑ สุขสันต์วันเกิด

祝你生日快樂！

Ⓒ ขอให้มีความสุขมาก ๆ นะ

祝你快樂！

Ⓓ ขอให้มีสุขภาพแข็งแรงและพบแต่สิ่งที่ดีตลอดปีใหม่

新的一年裡，祝你身體健康、好事不斷！

Ⓔ ขอให้ได้พบเจอคนดี ๆ

祝你出門遇貴人。

Ⓕ ขอให้ประสบความสำเร็จในทุกเรื่อง

祝你事事馬到成功。

Ⓖ ขอให้พบเจอแต่สิ่งดี ๆ

祝你萬事如意。

Ⓗ ขอให้เรื่องร้าย ๆ ผ่านพ้นไป

祝你萬事否極泰來。

Ⓘ คิดอะไรขอให้สมปรารถนานะจ๊ะ

祝你美夢成真；祝你心想事成。

Ⓙ โชคดีทุก ๆ ท่านนะ

希望大家都好運連連。

Ⓚ ดูแลสุขภาพด้วยนะ

請多保重。

Exercise 94 **我們來認識各種不同的泰文字型！**

泰文字母還有許多種不同的字型，會應用在看板及報紙的標題及商品的標籤上。特別可能是用與本書到目前為止不同的字型種類來美化，未來會閱讀到的機會很大，所以也很重要。首先我們就來看一下這些字型之間分別有什麼特徵，並加以比較一下吧！

泰文字母的各種字型

ก	ข	ค	ฆ	ง	จ	ฉ	ช	ซ	ฌ	ญ	ฎ	ฏ	ฐ
ก	ข	ค	ฆ	ง	จ	ฉ	ช	ซ	ฌ	ญ	ฎ	ฏ	ฐ
ก	ข	ค	ฆ	ง	จ	ฉ	ช	ซ	ฌ	ญ	ฎ	ฏ	ฐ
ก	ข	ค	ฆ	ง	จ	ฉ	ช	ซ	ฌ	ญ	ฎ	ฏ	ฐ

ฑ	ฒ	ณ	ด	ต	ถ	ท	ธ	น	บ	ป	ผ	ฝ	พ
ฑ	ฒ	ณ	ด	ต	ถ	ท	ธ	น	บ	ป	ผ	ฝ	พ
ฑ	ฒ	ณ	ด	ต	ถ	ท	ธ	น	บ	ป	ผ	ฝ	พ
ฑ	ฒ	ณ	ด	ต	ถ	ท	ธ	น	บ	ป	ผ	ฝ	พ

ฟ	ภ	ม	ย	ร	ล	ว	ศ	ษ	ส	ห	ฬ	อ	ฮ
ฟ	ภ	ม	ย	ร	ล	ว	ศ	ษ	ส	ห	ฬ	อ	ฮ
ฟ	ภ	ม	ย	ร	ล	ว	ศ	ษ	ส	ห	ฬ	อ	ฮ
ฟ	ภ	ม	ย	ร	ล	ว	ศ	ษ	ส	ห	ฬ	อ	ฮ

閱讀在泰國的日常生活中常常會見到的泰文字，並試著書寫看看吧！
（解答 → P.175）

158.MP3

街頭上的泰文字。

（泰文） ① ______ ② ______ ③ ______	（泰文） ④ ______
（發音符號） ______ ______ ______	（發音符號） ______
（中譯） 清洗、洗滌　乾燥　熨斗	（中譯） 拌手禮
	（泰文） ⑤ ______
	（發音符號） ______
	（中譯） 洗手間

第10區

	（泰文） ⑥ ⑦ ______ ______ （發音符號） ______ ______ （中譯） 泰式湯水料淋飯 1 份 25（銖）
	（泰文） ⑧ ______ （發音符號） ______ （中譯） 請緊握電扶梯的扶手
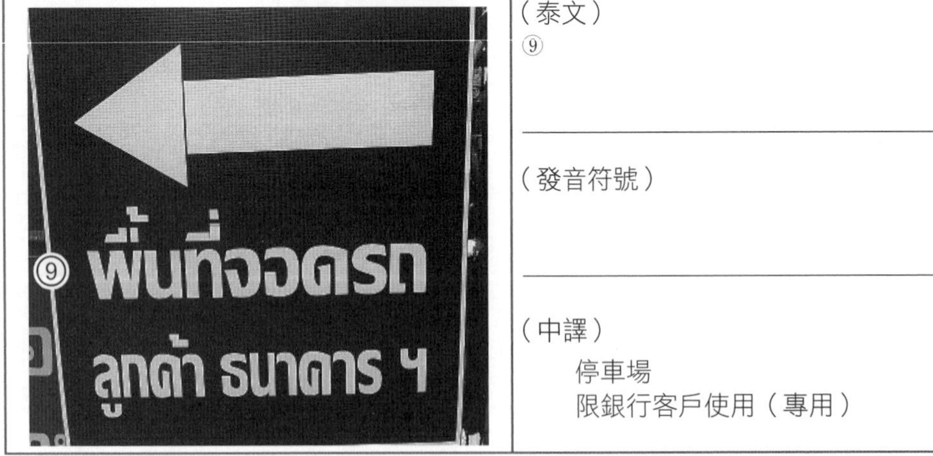	（泰文） ⑨ ______ （發音符號） ______ （中譯） 停車場 限銀行客戶使用（專用）

書店裡的泰文字。

159.MP3

 	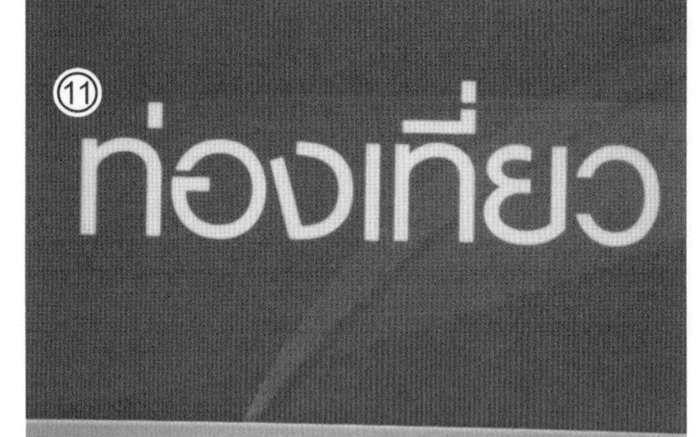
（泰語） ⑩	（泰語） ⑪
（發音符號）	（發音符號）
（中譯） 地圖	（中譯） 觀光

（泰語） ⑫	（泰語） ⑬
（發音符號）	（發音符號）
（中譯） 運動 & 娛樂	（中譯） 兒童文學

在泰國販售的日系商品

這些單字因為是商品名稱，又是外來語，所以還是有一些唸法跟字母發音規則不一樣的（請參考【補充說明】的部分）。請配合發音符號跟音檔，一起來唸唸看吧！

160.MP3

<table>
<tr>
<td>
</td>
<td>
</td>
</tr>
<tr>
<td>（泰語）
⑭

（發音符號）
yaa-khúu

【補充說明】ล 不發音。
聲調按音節的順序為「平聲→三聲」。

（中譯）
養樂多

照片來源：養樂多股份有限公司</td>
<td>（泰語）
⑮

（發音符號）
líʔ-phoo-wi-tân dii

【補充說明】聲調按音節的順序為「三聲→平聲→平聲→二聲→平聲」。

（中譯）
力保美達 D

照片來源：大正製藥股份有限公司</td>
</tr>
</table>

（泰語）

⑯

（發音符號）

kho-do-mòʔ

【補充說明】這個單字裡所有的長母音消失，變得只有唸短母音。聲調按音節的順序為「平聲→平聲→二聲」。

（中譯）

小孩

照片來源：（日本）獅王家品股份有限公司

（泰語）

⑰

---

⑱

（發音符號）

⑰ kháp-núut-dən

【補充說明】聲調按音節的順序為「三聲→三聲→四聲」。

⑱ rót tôm-yam khróp-khrɯaŋ

【補充說明】聲調按以往已經學過的規則唸讀。

（中譯）

⑰ 杯麵
⑱ 泰式酸辣口味

照片來源：（日本）獅王家品股份有限公司

恭禧你終於抵達終點了！
堅持不懈地，總算完成了這場泰語學習的接力賽。
一直以來在你眼中像是圖畫的泰文字母，現在對你來説應該已經蜕變成一種有意義的語言文字了吧！運用你在本書中學到的基礎，相信你已經開始能慢慢看懂街頭上的看板及餐廳裡的菜單了。接下來，為了能提升更高的泰語能力，請持續努力練習下去吧！
相信有一天，你一定能更加更加開心地融入到使用泰語的生活當中喔！請期待那一天的到來吧！

解　答

003.MP3

第1區

Exercise 2 （P.13）

① k　② p　③ ʔ　④ d　⑤ c　⑥ b　⑦ t

⑧ b　⑨ d　⑩ c　⑪ t　⑫ p　⑬ k　⑭ c

⑮ ʔ　⑯ b　⑰ k　⑱ d　⑲ ʔ　⑳ t　㉑ p

Exercise 3 （P.13）

① บ　② ก　③ ต　④ อ　⑤ จ　⑥ บ

⑦ ด　⑧ อ　⑨ ก　⑩ อ　⑪ ป　⑫ ด

006.MP3

Exercise 5 （P.18）

	/-aa/	/-ii/	/-ɯɯ/	/-uu/	/-ee/	/-ɛɛ/	/-oo/	/-ɔɔ/	/-əə/
/k/	kaa	kii	kɯɯ	kuu	kee	kɛɛ	koo	kɔɔ	kəə
/c/	caa	cii	cɯɯ	cuu	cee	cɛɛ	coo	cɔɔ	cəə
/d/	daa	dii	dɯɯ	duu	dee	dɛɛ	doo	dɔɔ	dəə
/t/	taa	tii	tɯɯ	tuu	tee	tɛɛ	too	tɔɔ	təə
/b/	baa	bii	bɯɯ	buu	bee	bɛɛ	boo	bɔɔ	bəə
/p/	paa	pii	pɯɯ	puu	pee	pɛɛ	poo	pɔɔ	pəə
/ʔ/	ʔaa	ʔii	ʔɯɯ	ʔuu	ʔee	ʔɛɛ	ʔoo	ʔɔɔ	ʔəə

007.MP3

Exercise 6 （P.18）

① tii　② ʔee　③ cɔɔ　④ boo　⑤ ʔii

⑥ pɔɔ　⑦ taa　⑧ cəə　⑨ cɔɔ-cɛɛ　⑩ tɔɔ

008.MP3

Exercise 7 （P.19）

① ดี　② กู　③ อา　④ อีกา　⑤ ปา

⑥ แก　⑦ เจ　⑧ ปู　⑨ ปี　⑩ เออ

解答篇

Exercise 8 （P.19）

009.MP3

① ตา taa 眼睛；外公　เจอ cəə 發現、看見　ปู puu 螃蟹

② อา ʔaa （爸爸的弟弟或妹妹）叔叔、姑姑　ดู duu 看　กา kaa 烏鴉

③ แก kɛɛ 你、妳　ตา taa 眼睛　โต too 大

④ กา kaa 烏鴉　ตา taa 眼睛；外公　ดี dii 好

⑤ อา ʔaa （爸爸的弟弟或妹妹）叔叔、姑姑　ตี tii 敲、打　ปู puu 螃蟹

第2區

Exercise 10 （P.23）

011.MP3

① y　② ŋ　③ w　④ n　⑤ m　⑥ r　⑦ w

⑧ l　⑨ m　⑩ y　⑪ ŋ　⑫ w　⑬ n　⑭ r

⑮ ŋ　⑯ w　⑰ r　⑱ l　⑲ y　⑳ m　㉑ ŋ

Exercise 11 （P.23）

① ร　② ย　③ ว　④ ล　⑤ ง　⑥ ม

⑦ น　⑧ ว　⑨ ร　⑩ ม　⑪ ล　⑫ ย

Exercise 12 （P.24）

013.MP3

/ŋ/	ŋaa	ŋee	ŋoo	ŋuu	ŋɛɛ	ŋɔɔ	ŋəə	ŋɯɯ	ŋii
/n/	nəə	nii	nɔɔ	nɛɛ	noo	nee	nɔɔ	nuu	naa
/m/	mii	mɯɯ	muu	mee	mɛɛ	moo	maa	mɔɔ	məə
/y/	yuu	yɛɛ	yii	yoo	yee	yəə	yɯɯ	yaa	yɔɔ
/r/	rɔɔ	rəə	rɯɯ	raa	rii	rɛɛ	roo	ree	ruu
/l/	lɛɛ	lii	luu	ləə	lee	lɔɔ	laa	lɯɯ	loo
/w/	wee	waa	wəə	wɯɯ	wɔɔ	woo	wuu	wɛɛ	wii

Exercise 13 (P.26)

015.MP3

/-ŋ/	rɛɛŋ	thaaŋ	rooŋ	cɔɔŋ	ʔeeŋ
/-n/	naan	ŋɔɔn	tiin	fɛɛn	doon
/-m/	puum	naam	ŋɔɔm	yoom	keem
/-y/	wooy	raay	pɔɔy	kuuy	yaay
/-n/	maan	coon	kaan	nɔɔn	lɛɛn
/-n/	mɔɔn	kaan	diin	ŋaan	cuun
/-w/	mɛɛw	leew	laaw	raaw	keew

Exercise 14 (P.27)

017.MP3

/ɯɯ/	pɯɯn	cɯɯn	tɯɯn	mɯɯn	dɯɯm
/əə/	dəən	kəən	məən	təəm	rəəŋ
/əəy/	ʔəəy	bəəy	ŋəəy	kəəy	məəy
?	ləəy	yɯɯn	nəən	lɯɯm	ŋəəy

Exercise 16 (P.30)

019.MP3

① ph ② f ③ kh ④ ch ⑤ s ⑥ th ⑦ h
⑧ kh ⑨ s ⑩ th ⑪ ph ⑫ h ⑬ ch ⑭ f
⑮ th ⑯ ph ⑰ h ⑱ s ⑲ kh ⑳ f ㉑ ch

Exercise 17 (P.31)

① ท ② ฟ ③ ซ ④ พ ⑤ ซ ⑥ ค
⑦ ฮ ⑧ ซ ⑨ ซ ⑩ ฟ ⑪ ท ⑫ พ

Exercise 18 (P.31)

020.MP3

/kh/	khaay	kheen	khɛɛŋ	khɯɯn	khəəy
/ch/	chuu	chaaw	chɯɯn	chəəŋ	chooy
/s/	səəŋ	soo	sɔɔ	səə	suum
/th/	thaay	thoon	thiim	thɔɔŋ	thəəy
/ph/	phɔɔŋ	phaa	phii	phuun	phooy
/f/	fuu	fɔɔŋ	fɯɯn	fɛɛn	faaŋ
/h/	hoom	huum	hɛɛm	hɔɔŋ	hee
?	chəəy	phɛɛŋ	khoom	phaan	sɔɔŋ

Exercise 19 (P.32)

021.MP3

① fɛɛn ② thɔɔŋ ③ ŋaan ④ rooŋ-rɛɛm ⑤ raa-khaa
⑥ laaw ⑦ khɛɛ-naa-daa ⑧ chaay-dɛɛn ⑨ dəən-thaaŋ ⑩ wooy-waay

解答篇

Exercise 20 （P.32）

022.MP3

① ทาน ② ชา ③ แกง ④ เคย ⑤ พา

⑥ ยาย ⑦ นาน ⑧ เวลา ⑨ แมว ⑩ รอ

Exercise 21 （P.33）

023.MP3

①

แมว	เคย	มา	ชายแดน	ลาว
mɛɛw	khəəy	maa	chaay-dɛɛn	laaw
（小名）小喵	曾經	來	國境、邊境	寮國

②

แฟน	เดินทาง	มา	แคนาดา
fɛɛn	dəən-thaaŋ	maa	khɛɛ-naa-daa
情人、戀人	旅行	來	加拿大

③

ยาย	พา	แมว	มา	ทาน	ชา	จีน
yaay	phaa	mɛɛw	maa	thaan	chaa	ciin
外婆	帶	（小名）小喵	來	吃、喝	茶	中國

④

ตา	โวยวาย	ยืน	รอ	ยาย	นาน
taa	wooy-waay	yɯɯn	rɔɔ	yaay	naan
外公	大吵大鬧、喧鬧	站著	等	外婆	長；長時間、久

⑤

ทอง	ราคา	แพง
thɔɔŋ	raa-khaa	phɛɛŋ
金	價格	貴

第3區

025.MP3

Exercise 23 （P.37）

① chˇ ② thˇ ③ hˇ ④ khˇ ⑤ phˇ ⑥ fˇ ⑦ sˇ

⑧ khˇ ⑨ fˇ ⑩ thˇ ⑪ sˇ ⑫ chˇ ⑬ hˇ ⑭ phˇ

⑮ sˇ ⑯ hˇ ⑰ khˇ ⑱ phˇ ⑲ thˇ ⑳ chˇ ㉑ fˇ

Exercise 24 （P.38）

① ข ② ส ③ ฉ ④ ฝ ⑤ ผ ⑥ ห

⑦ ถ ⑧ ฉ ⑨ ผ ⑩ ห ⑪ ข ⑫ ถ

Exercise 25 （P.38）

027.MP3

/khˇ/	khǎa	khǒo	khɯ̌ɯn	khə̌əy	khɛ̌ɛn
/chˇ/	chɛ̌ɛ	chěe	chǐi	chǒom	chǎay
/thˇ/	thǒom	thǔu	thɔ̌ɔy	thɛ̌ɛm	thěen
/phˇ/	phǐi	phǒo	phɛ̌ɛŋ	phə̌əy	phɔ̌ɔm
/fˇ/	fǎa	fǐi	fɔ̌ɔy	fǔuŋ	fɯ̌ɯn
/sˇ/	sǐi	sɯ̌ɯ	sɛ̌ɛn	sə̌əy	sǔuŋ
/hˇ/	hǔu	hǎa	hǎan	hə̌ən	hǒon

Exercise 26 （P.39）

028.MP3

① ʔii-sǎan ② sɔ̌ɔn ③ sǎam ④ lee-khǎa ⑤ thɛ̌ɛw
⑥ fǐi-mɯɯ ⑦ waaŋ-phɛ̌ɛn ⑧ mɯɯ-thɯ̌ɯ ⑨ ʔaa-hǎan ⑩ khɔ̌ɔ-yɯɯm

Exercise 27 （P.39）

029.MP3

① ถือ ② หา ③ หอม ④ ถาม ⑤ เขิน
⑥ สอง ⑦ ขาย ⑧ เฉย ⑨ สามี ⑩ ของ

Exercise 30 （P.44）

034.MP3

中子音 + /ia/+ 尾音	pia	kia	bia	ʔian	tiaŋ
高子音 +/ɯa/+ 尾音	chɯ̌an	khɯ̌a	phɯ̌a	fɯ̌aŋ	thɯ̌an
低子音 +/ua/	rua	mua	wua	lua	khua
中子音 +/ua/+ 尾音	kuan	cuan	puaŋ	ʔuan	buam
高子音 +/ay/	khǎy	fǎy	sǎy	thǎy	chǎy
低子音 +/ay/	yay	ŋay	nay	lay	may
中子音 / 低子音 +/am/	kam	cam	nam	yam	ram
高子音 +/aw/	khǎw	sǎw	phǎw	thǎw	chǎw
?	mɯaŋ	rian	sǔan	hǔa	fay

Exercise 31 （P.45）

035.MP3

① pay ② sɯ̌a ③ tɯan ④ khuan ⑤ sǐaŋ
⑥ sǐi-dam ⑦ hǔay ⑧ too-kiaw ⑨ cay-dii ⑩ raw

Exercise 32 （P.46）

036.MP3

① ตัว ② เขา ③ ดวง ④ ทำ ⑤ เมีย
⑥ สวย ⑦ โรงเรียน ⑧ ผัว ⑨ ดูมวย ⑩ แถม

Exercise 33 （P.46）

037.MP3

①

สาว	วางแผน	ไป	โตเกียว
sǎaw	waaŋ-phɛ̌ɛn	pay	too-kiaw
（小名）小妹	計畫	去	東京

②

ผัว	ขอ	ยืม	มือถือ	เมีย
phǔa	khɔ̌ɔ	yɯɯm	mɯɯ-thɯ̌ɯ	mia
丈夫	請求	借	手機、行動電話	妻子

③

เลขา	ของ	สาว	ใจดี
lee-khǎa	khɔ̌ɔŋ	sǎaw	cay-dii
秘書	的	（小名）小妹	親切

④

เขา	ขาย	หวย	แถว	โรงเรียน
khǎw	khǎay	hǔay	thɛ̌ɛw	rooŋ-rian
他、她	賣	彩券	旁邊；附近	學校

⑤

ฝีมือ	ทำ	อาหาร	ของ	สามี	ดี
fǐi-mɯɯ	tham	ʔaa-hǎan	khɔ̌ɔŋ	sǎa-mii	dii
能力、技巧	做、製作	料理、菜餚	的	丈夫	好

第4區

Exercise 35 （P.53）

041.MP3

中子音	kɛ̀ʔ	bìʔ	ʔɯ̀ʔ	càʔ	tèʔ
中子音	bɔ̀ʔ	dùʔ	cə̀ʔ	pɛ̀ʔ	dìʔ
高子音	chàʔ	thə̀ʔ	phùʔ	sìʔ	chùʔ
高子音	sɔ̀ʔ	hə̀ʔ	chɛ̀ʔ	hɛ̀ʔ	thɔ̀ʔ
低子音	ŋɔ́ʔ	thɛ́ʔ	khɔ́ʔ	nə́ʔ	khɛ́ʔ
低子音	láʔ	lóʔ	síʔ	yúʔ	phɔ́ʔ
?	yɔ́ʔ	rɯ́ʔ	thɔ́ʔ-tháʔ	léʔ-théʔ	pàʔ
?	ŋɛ́ʔ	hɔ̀ʔ	lɔ́ʔ	phɛ́ʔ	tìʔ

Exercise 36 （P.53）

042.MP3

① càʔ ② kháʔ ③ kɛ̀ʔ ④ kàʔ-thíʔ ⑤ bay-hǒo-ráʔ-phaa

⑥ ŋɔ́ʔ ⑦ chə̀ʔ-chɛ̀ʔ ⑧ tháʔ-lɔ́ʔ ⑨ tháʔ-lee ⑩ ʔaa-yúʔ

Exercise 37 （P.54）

① แวะ ② และ ③ มะเขือ ④ เถอะ ⑤ มะระ

⑥ เกาะ ⑦ เยอะแยะ ⑧ เตะ ⑨ นะ ⑩ หัวเราะ

Exercise 38 （P.54）

①

กะทิ	จะ	ทาน	แกง	มะระ
kàʔ-thíʔ	càʔ	thaan	kɛɛŋ	máʔ-ráʔ
（小名）小椰奶	將	吃	（加入香料及辣椒的）泰式勾芡	苦瓜

②

มี	แกะ	เยอะแยะ	ใน	สวน	เงาะ
mii	kɛ̀ʔ	yə́ʔ-yɛ́ʔ	nay	sǔan	ŋɔ́ʔ
有	綿羊	許多	裡面、之中	（果、菜）園	紅毛丹

③

เกาะ	พีพี	ทะเล	สวย
kɔ̀ʔ	phii-phii	tháʔ-lee	sǔay
島	（泰國地名）皮皮	海洋	漂亮、美麗

④

มี	เวลา	แวะ	มา	โรงเรียน	นะ	คะ
mii	wee-laa	wɛ́ʔ	maa	rooŋ-rian	náʔ	kháʔ
有	時間	順道、順路	來	學校	（提醒語氣）…喲	（女性禮貌語尾詞）是

⑤

ขอ	ใบโหระพา	ไป	ทำ	ยำ	มะเขือ
khɔ̌ɔ	bay-hǒo-ráʔ-phaa	pay	tham	yam	máʔ-khɯ̌a
討、索取；請求	羅勒	去	做、製作	涼拌	茄子

Exercise 39 （P.58）

/a/	kan	can	daŋ	chăn	făn	khăn	yaŋ	raŋ	kham
/i/	cin	bin	tin	phĭŋ	khĭm	sĭŋ	chiŋ	liŋ	miw
/ɯ/	dɯŋ	tɯŋ	bɯŋ	hɯ̆ŋ	thɯ̆ŋ	khɯ̆m	mɯŋ	lɯm	sɯm
/u/	buy	ʔun	cuŋ	hŭŋ	thŭŋ	chŭn	yuŋ	mum	khuy
/e/	tem	keŋ	pen	sĕŋ	hĕn	khĕm	leŋ	khem	sen
/ɛ/	cɛŋ	dɛn	tɛm	phɛ̆n	chɛ̆ŋ	thɛ̆m	wɛn	ŋɛŋ	yɛn
/o/	com	doŋ	pon	fŏn	khŏn	phŏŋ	lon	ŋoŋ	son
/ɔ/	pɔŋ	bɔn	tɔm	thɔ̆ŋ	sɔ̆n	fɔ̆m	yɔŋ	mɔm	hɔn
/ə/	kəm	ʔən	pəŋ	sə̆n	phə̆m	thə̆ŋ	rəm	khəŋ	yən
?	chom	ŋən	khĕŋ	yen	luŋ	rin	dɯŋ	wan	phŏŋ

解答篇

Exercise 40 （P.59）

047.MP3

① cɯŋ ② choŋ chaa ③ khěŋ-rɛɛŋ ④ hěn ⑤ cay-yen
⑥ khuy ⑦ than ⑧ kam-laŋ ⑨ fǒn ⑩ wan ʔaŋ-khaan

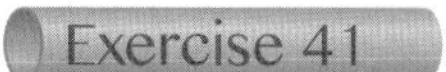

Exercise 41 （P.59）

048.MP3

① ลุง ② กิน ③ นม ④ คน ⑤ กัน
⑥ ฟัง ⑦ เป็น ⑧ ผม ⑨ เงิน ⑩ ยัง

Exercise 42 （P.60）

049.MP3

①

ลุง	เป็น	คน	ใจเย็น
luŋ	pen	khon	cay-yen
叔叔	（身分、資格）是	人	冷靜

②

กิน	นม	แพะ	จะ	แข็งแรง
kin	nom	phɛ́ʔ	càʔ	khěŋ-rɛɛŋ
喝	奶	山羊	將	強壯的、健康的

③

วันอังคาร	ไป	เตะ	บอล	กัน	นะ
wan ʔaŋ-khaan	pay	tèʔ	bɔɔn	kan	náʔ
星期二	去	踢	球	一起	（提醒語氣）…喲

④

เห็น	คน	กำลัง	ทะเลาะ	กัน	ใน	สวน
hěn	khon	kam-laŋ	tháʔ-lɔ́ʔ	kan	nay	sǔan
看到	人	正在	吵架	互相	裡面、之中	（果、菜）園

⑤

ฝน	สวย	ใจดี	แถม	ยัง	มี	เงิน
fǒn	sǔay	cay-dii	thɛ̌ɛm	yaŋ	mii	ŋən
（小名）小雨	漂亮、美麗	親切	贈送	還有	有	錢

第5區

Exercise 43 （P.64）

① -k ② -t ③ -p ④ -t ⑤ -p ⑥ -t ⑦ -k
⑧ -k ⑨ -t ⑩ -t ⑪ -p ⑫ -t ⑬ -t ⑭ -p
⑮ -t

Exercise 44 （P.67）

中子音＋長母音	tɔ̀ɔk	pìak	cìip	bàat	dɛ̀ɛt
中子音＋短母音	kàp	kèp	bùp	còp	càt
高子音＋長母音	sùup	khùap	thə̀ət	phɯ̀at	fɛ̀ɛt
高子音＋短母音	sùk	thàk	phìt	khàp	hèt
低子音＋長母音	râat	phɯ̂ɯt	fûuk	lêek	nɔ̂ɔk
低子音＋短母音	rák	yép	nɯ́k	khít	mát

Exercise 45 （P.68）

khàp-rót	rûup-phâap	chùut-chàat	phàt-phàk	dèk-lék
rót-tìt	sɔ̀ɔp-tòk	thúk-khon	thùuk-pàak	càp-phìt
cɯ̀ɯt-chɯ̂ɯt	chìik-khàat	tàak-dɛ̀ɛt	khát-lɯ̂ak	sàʔ-dùak

Exercise 46 （P.70）

中子音	dɔ̀ɔk	kəən	càak	tiin	dɛɛŋ
中子音	tɔ̀ɔp	booy	bàat	pìik	ʔaay
高子音	khɔ̌ən	khòok	chǎay	hàat	thǎaŋ
高子音	phɯ̀ak	fǔuŋ	phɛ̌ɛn	sɯ̌a	sùat
低子音	yaay	mɯaŋ	ŋîip	rian	lôok
低子音	khɛ̂ɛp	sɔɔy	chaam	lûak	phûut

Exercise 47 （P.70）

中子音	kɔ̀ʔ	tan	càʔ	cɯŋ	dùʔ
中子音	dèk	bùk	bin	pìt	pen
高子音	khùt	khǎŋ	chǔn	chɛ̀ʔ	thǔŋ
高子音	phǒn	fùk	hěn	sǒn	sùk
低子音	fan	wɛ́ʔ	ŋoŋ	lɔ́k	khon
低子音	yen	ŋɔ́ʔ	mɯn	rin	phák

Exercise 48 （P.71）

① rót cɯ̀ɯt ② nák-rian ③ ʔɔ̀ɔk-kam-laŋ-kaay ④ sùʔ-khǔm-wít ⑤ rót-tìt
⑥ nûat ⑦ thúk-wan ⑧ sǐi chùut-chàat ⑨ phàk-kàat ⑩ lûuk-sǎaw

Exercise 49 （P.72）

① มาก ② ปวด ③ นก ④ ถูก ⑤ ยาก
⑥ เจ็ด ⑦ ชอบ ⑧ สิบ ⑨ หก ⑩ ปากกา

Exercise 50 （P.72）

060.MP3

①

นก	ปวด	ขา	จึง	ไป	นวด
nók	pùat	khǎa	cɯŋ	pay	nûat
（小名）阿鳥	痛	腳	所以、因此	去	按摩

②

สอบ	ยาก	มี	นักเรียน	ตก	เจ็ด	คน
sɔ̀ɔp	yâak	mii	nák-rian	tòk	cèt	khon
考試、測驗	難、困難	有	學生	落榜	7	人

③

แถว	สุขุมวิท	รถติด	ทุกวัน
thɛ̌ɛw	sùʔ-khǔm-wít	rót-tìt	thúk-wan
行、排；一帶、附近	（曼谷的路名）蘇坤蔚	壅塞、塞車	每天、每日

④

ผัด	ผักกาด	รสจืด	มาก
phàt	phàk-kàat	rót-cɯ̀ɯt	mâak
炒	大白菜	（味道）淡	很、非常

⑤

ลูกสาว	ชอบ	ปากกา	สี	ฉูดฉาด
lûuk-sǎaw	chɔ̂ɔp	pàak-kaa	sǐi	chùut-chàat
女兒	喜歡	筆	顏色	鮮豔、耀眼

061.MP3

Exercise 51 （P.73）

ยาย	อายุ	หกสิบ	ปี	เป็น	คน	อีสาน
yaay	ʔaa-yúʔ	hòk-sìp	pii	pen	khon	ʔii-sǎan
外婆	年齡	60	歲	是	人	東北

ยาย	ชอบ	ทำ	อาหาร	ยาย	มี	ลูกชาย
yaay	chɔ̂ɔp	tham	ʔaa-hǎan	yaay	mii	lûuk-chaay
外婆	喜歡	做、製作	食物、食品、料理、飯菜、菜餚	外婆	有	兒子

เขา	อายุ	สามสิบ	ปี	เขา	เป็น	คน	ใจดี	มาก
khǎw	ʔaa-yúʔ	sǎam-sìp	pii	khǎw	pen	khon	cay-dii	mâak
他	年齡	30	歲	他	（身分、資格）是	人	親切	很、非常

เขา	ชอบ	ทาน	อาหาร	ยาย
khǎw	chɔ̂ɔp	thaan	ʔaa-hǎan	yaay
他	喜歡	吃、喝	食物、食品、料理、飯菜、菜餚	外婆

เขา	ทำงาน	ขับรถ
khǎw	tham-ŋaan	khàp-rót
他	工作	駕駛

เขา	รัก	ยาย	มาก
khǎw	rák	yaay	mâak
他	愛	外婆	很、非常

เขา	พา	ยาย	ไป	ออกกำลังกาย	ทุกวัน
khǎw	phaa	yaay	pay	ʔɔ̀ɔk-kam-laŋ-kaay	thúk-wan
他	帶	外婆	去	運動	每天

ยาย	จึง	แข็งแรง	และ	อายุ	ยืน
yaay	cɯŋ	khěŋ-rɛɛŋ	lɛ́ʔ	ʔaa-yúʔ	yɯɯn
外婆	所以、因此	強壯的、健康的	和、與；跟	年齡	長壽

第6區

Exercise 52 （P.84）

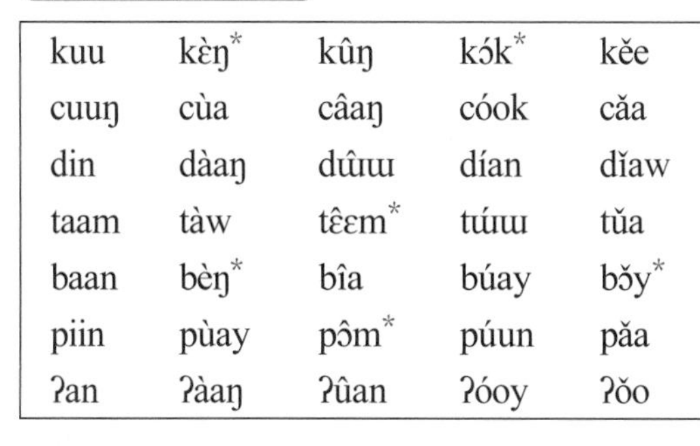

kuu	kèŋ*	kûŋ	kɔ́k*	kěe
cuuŋ	cùa	câaŋ	cóok	cǎa
din	dàaŋ	dûuɯ	dían	dǐaw
taam	tàw	tɛ̂ɛm*	túɯɯ	tǔa
baan	bèŋ*	bîa	búay	bɔ̌y*
piin	pùay	pôm*	púun	pǎa
ʔan	ʔàaŋ	ʔûan	ʔóoy	ʔǒo

印有 * 號的部分是外形相同，可以是長母音也可以是短母音的音。此處標記的是實際具有單字意思的詞彙，並且在音檔中收錄該單字的發音。

079.MP3

Exercise 53 （P.85）

① tɔ̀ɔ-pay ② kǔay-tǐaw ③ tâŋ-tɛ̀ɛ ④ dùɯɯm chaa ⑤ dûay-kan
⑥ sùʔ-kîi ⑦ tɔɔn-bàay ⑧ kɛ̂ɛw ⑨ pâay ⑩ dây-ráp

Exercise 54 （P.86）

① ได้ ② ก่อน ③ แต่ ④ เก่ง ⑤ บ้าน
⑥ ต่อ ⑦ เก๊ ⑧ บ่อย ⑨ จิ๋ว ⑩ ด่วน

Exercise 55 （P.86）

① ป้าจิ๋ว	เป็น	ป้า	ของ	แก้ว
pâa cǐw	pen	pâa	khɔ̌ɔŋ	kɛ̂ɛw
阿小阿姨	（身分、資格）是	（稱呼）阿姨	的	（人名）小晶

② ป้า	เป็น	คน	อ้วน	แต่	สวย	และ	ทำ	อาหาร	เก่ง
pâa	pen	khon	ʔûan	tὲε	sǔay	lέʔ	tham	ʔaa-hǎan	kèŋ
阿姨	（資格、身分）是	人	胖、肥胖	但是	漂亮	和、與；跟	做、製作	食物、食品、料理、飯菜、菜餚	擅長

③ แก้ว	ชอบ	กิน	ก๋วยเตี๋ยว	และ	โจ๊ก	ของ	ป้า
kε̂εw	chɔ̂ɔp	kin	kǔay-tǐaw	lέʔ	cóok	khɔ̌ɔŋ	pâa
（小名）小晶	喜歡	吃	粿條	和、與；跟	粥、稀飯	的	阿姨

④ แก้ว	ไป	หา	ป้า	บ่อย
kε̂εw	pay	hǎa	pâa	bɔ̀y
（小名）小晶	去	見、會面	阿姨	常常

⑤ แก้ว	ชอบ	ชวน	ป้า	ดื่ม	ชา	ด้วยกัน	ตอนบ่าย
kε̂εw	chɔ̂ɔp	chuan	pâa	dɯ̀ɯm	chaa	dûay-kan	tɔɔn-bàay
（小名）小晶	喜歡	（邀）約、邀請	阿姨	喝	茶	一起	下午

084.MP3

Exercise 56 （P.89）

khɔ̌ɔn	khày	khɯ̂n	chǎn	chàm	chɔ̂ɔ
thɯ̌ŋ	thùa	thûay	phǒn	phùa	phâa
fǎn	fàŋ	fâa	sǐa	sìŋ	sôm*
hɯ̌ŋ	hàw	hâaŋ	khàaw	sùa	khèŋ*

085.MP3

Exercise 57 （P.89）

① sǐi sôm ② khâaŋ-bâan ③ khâaw-hɔ̀ɔ ④ thàay rûup ⑤ kεεŋ-sôm
⑥ sùan ⑦ phâa khǎaw ⑧ hàaŋ càak ⑨ sôm-tam ⑩ khày-ciaw

086.MP3

Exercise 58 （P.90）

① สีเขียว ② ห้า ③ ข้าว ④ ผืน ⑤ สั่ง
⑥ ให้ ⑦ เสื้อ ⑧ ถ้า ⑨ ใส่ ⑩ สามี

087.MP3

Exercise 59 （P.90）

① สาว	ชอบ	ใส่	เสื้อ	สีส้ม
sǎaw	chɔ̂ɔp	sày	sɯ̂a	sǐi-sôm
（小名）小妹	喜歡	穿	上衣、衣服	橘色

② สาว	สั่ง	แกงส้ม	ไข่เจียว	และ	ข้าว
sǎaw	sàŋ	kɛɛŋ-sôm	khày-ciaw	lɛ́ʔ	khâaw
（小名）小妹	點（餐）	泰式酸咖哩	煎蛋	和、與；跟	飯

③ สาว	ได้รับ	ผ้าขาว	ห้า	ผืน
sǎaw	dây-ráp	phâa-khǎaw	hâa	phʉ̌ʉn
（小名）小妹	收到	白布	5	（量詞）塊

④ สาว	ทำ	ส้มตำ	ให้	สามี
sǎaw	tham	sôm-tam	hây	sǎa-mii
（小名）小妹	做、製作	（泰式料理）涼拌青木瓜	為了	丈夫

⑤ สาว	ได้	ของ	จาก	ป้า	ข้างบ้าน
sǎaw	dây	khɔ̌ɔŋ	càak	pâa	khâaŋ-bâan
（小名）小妹	得到	東西	從	阿姨	鄰居

090.MP3

Exercise 60 （P.92）

khuy	kháaŋ	khâʔ	nâŋ	naaŋ	nán
ram	rúu	rêŋ*	saa	sɔ̂m*	sáay
thaa	thîi	thɔ́ɔŋ	cháaŋ	chɛ̂ɛ	chim
phían	phaŋ	phîi	mooŋ	máŋ	mûa
yɛɛm	yâa	yím	fay	fáa	fâaŋ

091.MP3

Exercise 61 （P.92）

① sʉ́ʉ khɔ̌ɔŋ ② tháŋ ③ pay thîaw ④ chûay ⑤ dɔ̀ɔk-máy
⑥ phîi-sǎaw ⑦ wâaŋ ⑧ thîi-thîaw ⑨ mii chʉ̂ʉ-sǐaŋ ⑩ thúk cháw

092.MP3

Exercise 62 （P.93）

① แม่ ② พ่อ ③ เพื่อน ④ ช้าง ⑤ ซื้อ
⑥ ชื่อ ⑦ เท่ ⑧ แล้ว ⑨ ร้าน ⑩ นี้

093.MP3

Exercise 63 （P.93）

① เท่	มี	เพื่อน	ชื่อ	ช้าง
thêe	mii	phʉ̂an	chʉ̂ʉ	cháaŋ
（小名）小帥	有	朋友	名字	（小名）阿象

②

เท่	ชอบ	ไปเที่ยว	และ	ซื้อของ	กับ	ช้าง
thêe	chɔ̂ɔp	pay thîaw	lέʔ	súɯɯ khɔ̌ɔŋ	kàp	cháaŋ
（小名）小帥	喜歡	去玩	和、與；跟	買東西	和…一起	（小名）阿象

③

แม่	ช้าง	เป็น	คน	สอน	จัด	ดอกไม้	ที่	มีชื่อเสียง
mɛ̂ɛ	cháaŋ	pen	khon	sɔ̌ɔn	càt	dɔ̀ɔk-máy	thîi	mii chɯ̂ɯ-sǐaŋ
媽媽	（小名）小象	（資格、身分）是	人	教	擺設、布置	花	在…上；處於…的位置	有名

④

ทุกเช้า	ช้าง	กับ	พี่สาว	ต้อง	ไป	ซื้อ	ดอกไม้	ให้	แม่
thúk cháw	cháaŋ	kàp	phîi-sǎaw	tɔ̂ŋ	pay	súɯɯ	dɔ̀ɔk-máy	hây	mɛ̂ɛ
每天早上	（小名）小象	和…一起	姊姊	必須	去	買	花	為了	媽媽

⑤

เวลา	ว่าง	ช้าง	ชอบ	ช่วย	แม่	จัด	ดอกไม้
wee-laa	wâaŋ	cháaŋ	chɔ̂ɔp	chûay	mɛ̂ɛ	càt	dɔ̀ɔk-máy
之時	閒暇	（小名）小象	喜歡	幫忙	媽媽	插花	花

094.MP3

Exercise 64 （P.95）

แก้ว	สาว	เท่	และ	ช้าง	เป็น	เพื่อน	กัน
kɛ̂ɛw	sǎaw	thêe	lέʔ	cháaŋ	pen	phɯ̂an	kan
（小名）小晶	（小名）小妹	（小名）小帥	和、與；跟	（小名）小象	是	朋友	和…一起

เรียน	ด้วยกัน	ตั้งแต่	เด็ก	เวลา	ว่าง
rian	dûay-kan	tâŋ-tɛ̀ɛ	dèk	wee-laa	wâaŋ
念書	一起	從	小孩	之時	閒暇

สี่	คน	ชอบ	ไปเที่ยว	ด้วยกัน	ตอน	ไปเที่ยว
sìi	khon	chɔ̂ɔp	pay thîaw	dûay-kan	tɔɔn	pay thîaw
4	人	喜歡	去玩	一起	時	去玩

แก้ว	ขับรถ	เก่ง	แก้ว	จึง	เป็น	คน	ขับรถ
kɛ̂ɛw	khàp-rót	kèŋ	kɛ̂ɛw	cɯŋ	pen	khon	khàp-rót
（小名）小晶	駕駛	擅長	（小名）小晶	所以、因此	作為	人	駕駛

สาว	ทำ	อาหาร	เก่ง	สาว	จึง	ทำ	ข้าวห่อ
sǎaw	tham	ʔaa-hǎan	kèŋ	sǎaw	cɯŋ	tham	khâaw-hɔ̀ɔ
（小名）小妹	做、製作	料理、菜餚	擅長	（小名）小妹	所以、因此	做、製作	便當

เท่	กับ	ช้าง	หา	ที่เที่ยว	ร้านอาหาร	และ	โรงแรม
thêe	kàp	cháaŋ	hǎa	thîi-thîaw	ráan ʔaa-hǎan	lɛ́ʔ	rooŋ-rɛɛm
（小名）小帥	和…一起	（小名）小象	找	觀光地	餐廳	和、與；跟	飯店

第7區

098.MP3

Exercise 65 （P.97）

/kr/	kram	krùn	kràʔ-dum
/kl/	klɔɔn	klây	klàp
/kw/	kwaaŋ	kwɛ̀ŋ*	kwàat
/tr/	truŋ	trèe	tràʔ-kuun
/pr/	prɛɛŋ	pròoŋ	pràp
/pl/	plaa	plôn	plùak
/khrˇ/	khrǔa	khrǔm	khrùʔ-khràʔ
/khlˇ/	khlǎŋ	khlùy	khlàat
/khwˇ/	khwɛ̌ɛn	khwâaŋ	khwìt
/phlˇ/	phlɛ̌ɛ	phlòo	phlìʔ
/khr/	khruu	khrûaŋ	khráp
/khl/	khlaay	khlîi	khlɔ̂ɔt
/khw/	khwan	khwɛ́ɛn	khwák
/phr/	phrom	phrɔ́ɔm	phrûat
/phl/	phleeŋ	phlɔ̂y*	phlík

099.MP3

Exercise 66 （P.99）

① khláay ② khrɔ̂ɔp-khrua ③ tɛɛŋ-kwaa ④ phrɔ́ʔ ⑤ nɔ́ɔy loŋ
⑥ rɔ́ɔŋ phleeŋ ⑦ máʔ-phráaw ⑧ phrûŋ-níi ⑨ prîaw ⑩ triam

100.MP3

Exercise 67 （P.99）

① กราบ ② พลอย ③ คลอง ④ กลัว ⑤ พริก
⑥ ปลูก ⑦ ปลา ⑧ พระ ⑨ ตรง ⑩ กว่า

Exercise 68 (P.100)

101.MP3

① พรุ่งนี้	ต้อง	เตรียม	อาหาร	ให้	ทุกคน
phrûŋ-níi	tɔ̂ŋ	triam	ʔaa-hǎan	hây	thúk-khon
明天	必須	準備	食物、食品、料理、飯菜、菜餚	為了	大家

② พลอย	ร้องเพลง	เพราะ	กว่า	มะพร้าว
phlɔɔy	rɔ́ɔŋ phleeŋ	phrɔ́ʔ	kwàa	máʔ-phráaw
（小名）寶石	唱歌	悅耳	比	（小名）椰子

③ มะพร้าว	ปลูก	พริก	และ	แตงกวา	ใน	สวน
máʔ-phráaw	plùuk	phrík	lɛ́ʔ	tɛɛŋ-kwaa	nay	sǔan
（小名）椰子	種	辣椒	和、與；跟	小黃瓜	裡面、之中	（果、菜）園

④ ใน	คลอง	แถว	บ้าน	มี	ปลา	น้อย	ลง
nay	khlɔɔŋ	thɛ̌ɛw	bâan	mii	plaa	nɔ́ɔy	loŋ
裡面、之中	運河	週邊、一帶	房子、家	有	魚	少	減少、消退

⑤ ครอบครัว	ผม	จะ	กราบ	พระ	ทุกวัน
khrɔ̂ɔp-khrua	phǒm	càʔ	kràap	phráʔ	thúk-wan
家人	（男性）我	將	（泰式）禮（佛）	佛像	每天

104.MP3

Exercise 69 (P.101)

/ŋˇ/	ŋǎw	ŋùa	ŋɔ̀ɔk
/nˇ/	nǎa	nùay	nèp
/mˇ/	měn	mày	mùak
/yˇ/	yɔ̌ɔŋ*	yùa	yòk
/rˇ/	rɯ̌ɯ	rìi	rɔ̀ɔk
/lˇ/	lɛ̌ɛm	lày	lèk
/wˇ/	wǎan	wiaŋ	wòot

105.MP3

Exercise 70 (P.102)

① khɔ̌ɔŋ-wǎan ② wan pii-mày ③ nǎŋ-sɯ̌ɯ ④ lɔ̀ɔk ⑤ tàaŋ-caŋ-wàt
⑥ duu nǎŋ ⑦ sɯ̂a-nǎaw ⑧ thîi-nǎy ⑨ lǎay-tua ⑩ wan-yùt

106.MP3

Exercise 71 (P.102)

① หลาน ② หมอ ③ หมา ④ แหวน ⑤ สีเหลือง
⑥ หมู ⑦ หลาย ⑧ หมี ⑨ หลง ⑩ หรูหรา

Exercise 72 （P.103）

107.MP3

①

หวาน	เป็น	หมอ	ที่	ต่างจังหวัด
wǎan	pen	mɔ̌ɔ	thîi	tàaŋ-caŋ-wàt
（小名）小甜	（身分、地位）是	醫生	在	外府（府為泰國行政單位）

②

หลาน	ของ	หวาน	อ่าน	หนังสือ	เก่ง
lǎan	khɔ̌ɔŋ	wǎan	ʔàan	nǎŋ-sɯ̌ɯ	kèŋ
孫子、侄子（女）	的	（小名）小甜	讀	書	經常

③

วันหยุด	หวาน	ชอบ	ไป	ดู	หนัง
wan-yùt	wǎan	chɔ̂ɔp	pay	duu	nǎŋ
假日	（小名）小甜	喜歡	去	看	電影

④

ที่	บ้าน	เลี้ยง	หมา	และ	หมู	หลายตัว
thîi	bâan	líaŋ	mǎa	lɛ́ʔ	mǔu	lǎay-tua
在	家	養	狗	和、與；跟	豬	好幾隻

⑤

หวาน	จะ	ซื้อ	หมวก	หรือ	เสื้อหนาว	ให้	หลาน
wǎan	càʔ	sɯ́ɯ	mùak	rɯ̌ɯ	sɯ̂a-nǎaw	hây	lǎan
（小名）小甜	將	買	帽子	此外、另外	外套、大衣	的	孫子、侄子（女）

Exercise 73 （P.105）

109.MP3

①

อย่า	ไว้ใจ	ทาง	อย่า	วางใจ	คน
yàa	wáy-cay	thaaŋ	yàa	waaŋ-cay	khon
勿、別	信	道路、路線、指望	勿、別	信賴	人

②

อยู่	บ้าน	ท่าน	อย่า	นิ่ง	ดูดาย
yùu	bâan	thâan	yàa	nîŋ	duu-daay
勿、別	家、家庭	您、閣下	勿、別	不動、靜止	旁觀

③

กิน	อย่าง	หมู	อยู่	อย่าง	หมา
kin	yàaŋ	mǔu	yùu	yàaŋ	mǎa
吃	像	豬	生活	像	狗

④

กิน	อยู่	กับ	ปาก	อยาก	อยู่	กับ	ท้อง
kin	yùu	kàp	pàak	yàak	yùu	kàp	thɔ́ɔŋ
吃	存在；處於	和…一起	嘴巴	想	存在；處於	和…一起	肚子

解答篇

第8區

Exercise 75 (P.113)

① th ② sˇ ③ ph ④ n ⑤ th ⑥ d ⑦ y
⑧ kh ⑨ sˇ ⑩ y ⑪ th ⑫ ph ⑬ thˇ ⑭ n
⑮ th ⑯ t ⑰ sˇ ⑱ th ⑲ sˇ ⑳ l ㉑ ch

Exercise 76 (P.114)

① ʔaa-săy ② phaa-săa ③ yîi-pùn ④ sùan-yày ⑤ kii-laa
⑥ than-waa-khom ⑦ phûu-thâw ⑧ neen ⑨ phɯ́ɯn-thăan ⑩ nák-sɯ̀k-săa

Exercise 77 (P.115)

① khun ② ʔìt ③ lôop ④ ʔaa-wút ⑤ tham-bun
⑥ ʔaa-kàat ⑦ kràʔ-dàat ⑧ khrút ⑨ plaa-waan ⑩ kòt-măay

Exercise 78 (P.117)

cha-baa	kha-dii	sa-dɛɛŋ	pha-nan
sa-thăa-nii	ka-wii	kha-buan	sa-bùu
cha-bàp	pha-yák	pha-nák-ŋaan	tha-wîip

Exercise 79 (P.118)

① pha-sŏm ② tha-naa-khaan ③ pha-yaa-baan ④ cha-phɔ́ʔ ⑤ ʔa-thíʔ-baay
⑥ cha-nít ⑦ naam-sa-kun ⑧ ʔa-dìit ⑨ ra-hàt ⑩ pha-laŋ

Exercise 80 (P.119)

sa-năam	tha-nŏn	cha-lĭaw	ca-rəən
ta-lìŋ	ʔa-ŋùn	kha-yàw	kha-mên
tha-nàt	pha-lìt	sa-nàp-sa-nŭn	sa-wàt-dii

Exercise 81 (P.119)

① cha-lɔ̆ɔŋ ② kha-yăn ③ ta-lòk ④ ʔa-rɔ̀y ⑤ ca-mùuk
⑥ ʔa-ŋùn ⑦ sa-mɔ̆ə ⑧ cha-làat ⑨ kha-nŏm ⑩ ta-wàat

Exercise 82 （P.121）

125.MP3

sǐn-la-pàʔ	chon-na-bòt	wan-la-phaa	khun-na-phâap
phát-tha-yaa	sùk-kha-phâap	kìt-ca-kaan	rát-tha-baan
phát-tha-naa	ʔan-ya-ma-nii	thêet-sa-kaan	sòk-ka-pròk

126.MP3

Exercise 83 （P.122）

① râat-cha-kaan ② ma-hǎa-wít-tha-yaa-lay ③ khôot-sa-naa ④ ʔùt-tha-yaan ⑤ pòk-ka-tìʔ
⑥ ʔàt-traa ⑦ mók-ka-raa-khom ⑧ càk-kra-yaan ⑨ rít-sa-yǎa ⑩ thút-ca-rìt

Exercise 84 （P.123）

127.MP3

①

อาหาร	ญี่ปุ่น	ทั้ง	อร่อย	และ	ดี	ต่อ	สุขภาพ
ʔaa-hǎan	yîi-pùn	tháŋ	ʔa-rɔ̀y	lɛ́ʔ	dii	tɔ̀ɔ	sùk-kha-phâap
料理、菜餚	日本	也	好吃、美味	和、與；跟	好	對於	健康

②

นักศึกษา	มหาวิทยาลัย	นี้	ส่วนใหญ่	เรียน	จบ	ห้า	ปี
nák-sɯ̀k-sǎa	ma-hǎa-wít-tha-yaa-lay	níi	sùan-yày	rian	còp	hâa	pii
大學生	大學	這	大部分	學；念	畢業	5	年

③

ตลาด	ใกล้	สถานี	ขาย	ผลไม้	เช่น	องุ่น
ta-làat	klây	sa-thǎa-nii	khǎay	phǒn-la-máy	chên	ʔa-ŋùn
市場	附近	車站	賣	水果	例如	葡萄

④

รัฐบาล	สนับสนุน	ให้	คน	เมือง	ไป	อยู่	ชนบท
rát-tha-baan	sa-nàp-sa-nǔn	hây	khon	mɯaŋ	pay	yùu	chon-na-bòt
政府	鼓勵	給、讓	人	都市、城市	去	住	農村

⑤

แฟน	ทำ	ขนม	หวาน	อร่อย	ส่วน	ผม	ถนัด	กิน
fɛɛn	tham	kha-nǒm	wǎan	ʔa-rɔ̀y	sùan	phǒm	tha-nàt	kin
情人、戀人	做、製作	零食、甜點	甜	好吃、美味	局部、方面	（男性）我	擅長、完全、無顧慮	吃、喝

第9區

149.MP3

Exercise 85 （P.133）

默音字	bɔɔ	kɔ́ɔf	ʔaa-caan	kham-sàp	ma-nút
ิ 與 ุ	châat	sǒm-bàt	phuum-cay	thâat	sǎa-hèet
ร	nêet	méet	sàʔ	sâaŋ	lít
ร	saay	tham	wák	ʔàk-sɔ̌ɔn	ban-thúk

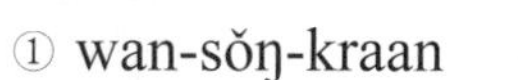

Exercise 86 （P.134）

150.MP3

① wan-sǒŋ-kraan ② tàk bàat ③ kaan-ca-raa-cɔɔn ④ pə̀ət bɔɔ-ríʔ-kaan
⑤ chaaw-tàaŋ-châat ⑥ khâaŋ-khâaŋ ⑦ sǎa-mâat ⑧ phíʔ-phít-tha-phan
⑨ kham-sàp ⑩ wát-tha-ná-tham （隱藏音節的規則一般是「子音＋平聲a」的形態，但是這個單字的 น 有例外的規則變化，會變成 / ná / 的形態。）

Exercise 87 （P.135）

151.MP3

①

สิบสาม	เมษายน	คือ	วันสงกรานต์
sìp-sǎam	mee-sǎa-yon	khʉʉ	wan sǒŋ-kraan
13	4月	即；是	（泰國節日）潑水節

และ	วันปีใหม่	ของ	ไทย
lɛ́ʔ	wan-pii-mày	khɔ̌ɔŋ	thay
然後；及	元旦	的	泰國

②

คน	ไทย	จะ	ไป	ทำบุญ	ตักบาตร	ฟัง	เทศนา	ฯลฯ
khon	thay	càʔ	pay	tham-bun	tàk-bàat	faŋ	thêet-sa-nǎa	pen tôn
人	泰國	將	去	布施	（佛教儀式）齋僧	聽	說教；講經	…等等

③

การจราจร	ใน	กรุงเทพ ฯ	จะ	สะดวก	สบาย
kaan-ca-raa-cɔɔn	nay	kruŋ-thêep	càʔ	sàʔ-dùak	sa-baay
交通	裡面、之中	（泰國首都）曼谷	將	便利	舒適

④

พิพิธภัณฑ์	ส่วนใหญ่	ก็	เปิดบริการ	ปกติ
phíʔ-phít-tha-phan	sùan-yày	kɔ̂ɔ	pə̀ət bɔɔ-ríʔ-kaan	pòk-ka-tìʔ
博物館	大部分	也	營業	普通；正常

⑤

เด็ก ๆ	และ	ชาวต่างชาติ	สามารถ	ชม	ฟรี
dèk-dèk	lɛ́ʔ	chaaw-tàaŋ-châat	sǎa-mâat	chom	frii
孩子們	和、與；跟	外國人	可能；可以	觀賞	免費

第10區

152.MP3

Exercise 88 （P.136）

① มาเลเซีย maa-lee-sia （馬來西亞）

② เม็กซิโก mék-síʔ-koo （墨西哥）

③ กัมพูชา kam-phuu-chaa （柬埔寨）

④ อิตาลี ʔì-taa-lîi （義大利）

⑤ มองโกเลีย mɔɔŋ-koo-lia（蒙古）

⑥ ออสเตรเลีย ʔɔ́ɔs-tree-lia（澳洲）

⑦ โปรตุเกส proo-tùʔ-kèet（葡萄牙）

⑧ อินโดนีเซีย ʔin-doo-nii-sia（印尼）

⑨ ฟิลิปปินส์ fíʔ-líp-pin（菲律賓）

⑩ เอธิโอเปีย ʔee-thíʔ-ʔoo-pia（衣索披亞）

153.MP3

Exercise 89 （P.137）

（男性）人名	ciʔ-raa-yúʔ	sa-ran-yuu	pa-rin-yaa	tha-ná-phóp★	níʔ-thíʔ
（女性）人名	kaa-ráʔ-kèet	la-líʔ-taa	wan-maa	kiʔ-ra-nan	kèet-sùʔ-raaŋ
（男性）暱稱	ʔáy （艾斯）	póp （流行）	ʔèek （阿一）；第一	cee-pɛɛn （賈片）	nùm （小幼）
（女性）暱稱	wǎan （小甜）	phlɔɔy （寶石）	yúy （小鼓）	boo （緞帶）	pân （小蘋）
泰國的府名	chon-bùʔ-rìi （中部的府） 春武里府	chum-phɔɔn （南部的府） 春蓬府	nɔ̌ɔŋ-khaay （東北部的府） 廊開府	lóp-bùʔ-rii （中部的府） 華富里府	lam-paaŋ （北部的府） 南邦府
曼谷的地名	hǔa-lam-phooŋ （車站名） 華蘭蓬	yaw-wa-râat （唐人街） 耀華力路	sùʔ-khǔm-wít （路名） 蘇坤蔚	sǐi-lom （路名） 席隆	dɔɔn-mɯaŋ （機場名） 廊曼
日本的地名	too-kiaw 東京	kiaw-too 京都	ʔoo-saa-kâa 大阪	naa-koo-yâa 名古屋	chin-cùʔ-kùʔ 新宿
設施名稱	see-wên 7-11	bík-sii （超市名） Big C	ʔem-ʔaa-thii MRT	ʔem-bii-khee MBK 購物中心	ca-tùʔ-càk （市集名） 洽圖洽市集

★（隱藏音節的規則一般是「子音＋平聲a」的形態，但是這個單字的 น 有例外的規則變化，會變成 / ná / 的形態。）

編註 男、女暱稱的部分因為是翻譯出當人名用，故此處翻譯成人名的模式。

Exercise 90 （P.138）

154.MP3

Miku： bii yùu máy
Beebee： mii ray
Miku： míʔ càʔ pay mɯaŋ-thay
Beebee： càʔ maa mûa-rày
Miku： phrûŋ-níi
Beebee： yùu naan máy
Miku： yùu hâa wan
Beebee： cəə kan, cəə kan
Miku： wan-can wâaŋ máy

Beebee : wâaŋ, wâaŋ, wâaŋ, wâaŋ. hâa, hâa, hâa
Miku : pay kin sùʔ-kìi kan náʔ
Beebee : ʔoo-khee
Miku : tɛ́ŋ-kîw
Beebee : báay-baay

155.MP3

Exercise 91 (P.139)

①

ไหม	ใหม่	ไม่	ไหม้	ใช่ไหม
mǎy	mày	mây	mây	chây máy
絲綢	新	不	糊；燒起	對吧？

②

ใคร	ขาย	ไข่	ไก่
khray	khǎay	khày	kày
誰	賣	蛋	雞

③

ยาย	กิน	ลำไย	น้ำลาย	ยาย	ไหล	ย้อย
yaay	kin	lam-yay	nám-laay	yaay	lǎy	yɔ́ɔy
外婆	吃	龍眼	口水	外婆	流	垂（下）

④

ม้า	มา	กับ	หมา
máa	maa	kàp	mǎa
馬	來	跟	狗

⑤

หมู	หมึก	กุ้ง
mǔu	mʉ̀k	kûŋ
豬	花枝	蝦

⑥

หมึก	หก	เลอะ	มุ้ง	มุ้ง	เลอะ	หมึก	หมด
mʉ̀k	hòk	lɔ́ʔ	múŋ	múŋ	lɔ́ʔ	mʉ̀k	mòt
墨水	潑；倒	髒	蚊帳	蚊帳	髒	墨水	整體；沒有

⑦

เอา	เป็ด	ผัด	เผ็ด	แปด	จาน
ʔaw	pèt	phàt	phèt	pɛ̀ɛt	caan
要	鴨	炒	辣	8	盤

Exercise 92 （P.140）

156.MP3

①

ขยัน	เหมือน	มด
kha-yǎn	mʉ̌an	mót
勤快	相同、同	螞蟻

②

ง่าย	เหมือน	ปอก	กล้วย	เข้า	ปาก
ŋâay	mʉ̌an	pɔ̀ɔk	klûay	khâw	pàak
簡單	相同	剝	香蕉	入	口

③

ใจเย็น	ราวกับ	น้ำ
cay-yen	raaw-kàp	náam
冷靜	猶如	水

④

ตา	เป็น	สับปะรด
taa	pen	sàp-pàʔ-rót
眼睛	（身分、資格）是	鳳梨

⑤

ดีใจ	ดัง	ได้	แก้ว
dii-cay	daŋ	dây	kɛ̂ɛw
開心、喜悅	有如	得到	寶石

⑥

ที่	เท่า	แมว	ดิ้น	ตาย
thîi	thâw	mɛɛw	dîn	taay
地方；在	等同	貓	掙扎	死

⑦

พูด	เหมือน	มะนาว	ไม่	มี	น้ำ
phûut	mʉ̌an	máʔ-naaw	mây	mii	náam
說話	相同	萊姆	沒	有	水分

⑧

เรียบร้อย	ราวกับ	ผ้า	พับ	ไว้
rîap-rɔ́ɔy	raaw-kàp	phâa	pháp	wáy
整齊	猶如	布	折	保留、放置

⑨

สวย	ราวกับ	นางฟ้า
sǔay	raaw-kàp	naaŋ-fáa
漂亮、美麗	猶如	仙女

⑩

เหมือน	ราวกับ	แกะ
mʉ̌an	raaw-kàp	kɛ̀ʔ
相同	猶如	羊

解答篇

Exercise 93 （P.142）

157.MP3

Ⓐ สวัสดี ปีใหม่ ๒๕๖๔

sa-wàt-dii pii-mày sɔ̌ɔŋ-phan-hâa-rɔ́ɔy-hòk-sìp-sìi

祝賀 新年 （佛曆）2564

※ 泰國使用佛曆，是佛祖過逝後開始算的年號，將西元加上 543 年後就等於是佛曆的年數。故佛曆 2564 年＝西元 2021 年。

Ⓑ สุขสันต์ วันเกิด

sùk-sǎn wan-kə̀ət

祝賀 生日

Ⓒ ขอให้ มี ความสุข มาก ๆ นะ

khɔ̌ɔ-hây mii khwaam-sùk mâak-mâak náʔ

祈求、希望 有 幸福 很多 （提醒語氣）喲

Ⓓ ขอให้ มี สุขภาพ แข็งแรง และ พบ แต่ สิ่ง ที่ ดี ตลอด ปีใหม่

khɔ̌ɔ-hây mii sùk-kha-phâap khɛ̌ŋ-rɛɛŋ lɛ́ʔ phóp tɛ̀ɛ sìŋ thîi dii ta-lɔ̀ɔt pii-mày

祈求、希望 有 健康 健壯、健康 和、與；跟 碰見、遇見 只有 事、物 在 好 之內都… 新年

Ⓔ ขอให้ ได้ พบเจอ คน ดี ๆ

khɔ̌ɔ-hây dây phóp-cəə khon dii-dii

祈求、希望 能 碰見、遇見 人 好

Ⓕ ขอให้ ประสบ ความสำเร็จ ใน ทุก เรื่อง

khɔ̌ɔ-hây pra-sòp khwaam-sǎm-rèt nay thúk rûaŋ

祈求、希望 遇到、碰上 成功 在 所有的 事

Ⓖ ขอให้ พบเจอ แต่ สิ่ง ดี ๆ

khɔ̌ɔ-hây phóp-cəə tɛ̀ɛ sìŋ dii-dii

祈求、希望 碰見、遇見 只有 事、物 好

Ⓗ ขอให้ เรื่อง ร้าย ๆ ผ่านพ้น ไป

khɔ̌ɔ-hây rûaŋ ráay-ráay phàan-phón pay

祈求、希望 事 不好 都去；過去 去

Ⓘ คิด อะไร ขอให้ สมปรารถนา นะ จ๊ะ

khít ʔà-ray khɔ̌ɔ-hây sǒm pràat-tha-nǎa náʔ cáʔ

想 某些 祈求、希望 願望實現 呀 （親密語助詞）

Ⓙ โชคดี ทุก ๆ ท่าน นะ

chôok-dii thúk-thúk-thâan náʔ

具有好運 大家都 喲

Ⓚ ดูแล สุขภาพ ด้วย นะ

duu-lɛɛ sùk-kha-phâap dûay náʔ

照顧 健康 也 呀

158.MP3

Exercise 94 （P.143）

① ซัก sák ② อบ ʔòp ③ รีด rîit

④ ของฝาก khɔ̌ɔŋ-fàak ⑤ ห้องน้ำ hɔ̂ŋ-náam

⑥ ข้าวราดแกง khâaw-râat-kɛɛŋ

⑦ 1 อย่าง 25 1（nùŋ）yàaŋ 25（yîi-sìp-hâa）

⑧ กรุณา จับ ราว บันไดเลื่อน ka-rúʔ-naa càp raaw ban-day-lɯ̂an

⑨ พื้นที่จอดรถ ลูกค้า ธนาคาร ฯ

phɯ́ɯn-thîi cɔ̀ɔt rót lûuk-kháa tha-naa-khaan

159.MP3

⑩ แผนที่ phɛ̌ɛn-thîi ⑪ ท่องเที่ยว thɔ̂ŋ-thîaw

⑫ กีฬาและนันทนาการ kii-laa lɛ́ʔ nan-tha-naa-kaan

⑬ วรรณกรรม เยาวชน wan-na-kam yaw-wa-chon

160.MP3

⑭ ยาคูลท์ ⑮ ลิโพวิตัน-ดี

⑯ โคโดโม ⑰ คัพนูดเดิล

⑱ รสต้มยำครบเครื่อง

台灣廣廈 國際出版集團
Taiwan Mansion International Group

國家圖書館出版品預行編目（CIP）資料

我的第一本泰語發音/สุนิสา วิทยาปัญญานนท์ (Sunisa Wittayapanyanon), 上原みどりこ著.
-- 初版. -- 新北市：國際學村出版社, 2021.12
面； 公分.
ISBN 978-986-454-189-8(平裝)

1. 泰語 2. 發音

803.7541　　110016224

國際學村

我的第一本泰語發音

作　者／สุนิสา วิทยาปัญญานนท์（Sunisa Wittayapanyanon）、上原みどりこ
審　定／陸偉敏
翻　譯／陳潔馨

編輯中心編輯長／伍峻宏
編輯／王文強
封面設計／林珈仔・內頁排版／菩薩蠻數位文化有限公司
製版・印刷・裝訂／東豪・弼聖・紘億・秉成

行企研發中心總監／陳冠蒨

媒體公關組／陳柔彣
綜合業務組／何欣穎

發 行 人／江媛珍
法 律 顧 問／第一國際法律事務所 余淑杏律師・北辰著作權事務所 蕭雄淋律師
出　　版／國際學村
發　　行／台灣廣廈有聲圖書有限公司
地址：新北市235中和區中山路二段359巷7號2樓
電話：（886）2-2225-5777・傳真：（886）2-2225-8052

代理印務・全球總經銷／知遠文化事業有限公司
地址：新北市222深坑區北深路三段155巷25號5樓
電話：（886）2-2664-8800・傳真：（886）2-2664-8801
郵 政 劃 撥／劃撥帳號：18836722
劃撥戶名：知遠文化事業有限公司（※單次購書金額未達1000元，請另付70元郵資。）

■出版日期：2021年12月
ISBN：978-986-454-189-8

Original Japanese title: TAIGO EKIDEN RAKURAKU MOJI MASTER

Original Japanese edition published by Sanshusha Publishing Co., Ltd.
Traditional Chinese translation rights arranged with Sanshusha Publishing Co., Ltd.
through The English Agency (Japan) Ltd. and jia-xi books co., ltd.

【子音一覽表】 透過掃瞄反面的QR圖，即可聽到本頁的字母發音。

	種類	字母	配合單字			
1.	中子音	ก	ไก่	kɔɔ kày	雞	
2.	高子音	ข	ไข่	khɔ̌ɔ khày	蛋	
3.*	高子音	ฃ	ขวด	khɔ̌ɔ khùat	瓶子	
4.	低子音	ค	ควาย	khɔɔ khwaay	水牛	
5.*	低子音	ฅ	คน	khɔɔ khon	人	
6.	低子音	ฆ	ระฆัง	khɔɔ ráʔ-khaŋ	鐘	
7.	低子音	ง	งู	ŋɔɔ ŋuu	蛇	
8.	中子音	จ	จาน	cɔɔ caan	盤子	
9.	高子音	ฉ	ฉิ่ง	chɔ̌ɔ chìŋ	小鈸	
10.	低子音	ช	ช้าง	chɔɔ cháaŋ	大象	
11.	低子音	ซ	โซ่	sɔɔ sôo	鎖鏈	
12.	低子音	ฌ	เฌอ	chɔɔ chəə	樹	
13.	低子音	ญ	หญิง	yɔɔ yǐŋ	女人	
14.	中子音	ฎ	ชฎา	dɔɔ cha-daa	尖頂冠	
15.	中子音	ฏ	ปฏัก	tɔɔ pa-tàk	泰式趕牛棒	
16.	高子音	ฐ	ฐาน	thɔ̌ɔ thǎan	塔座	
17.	低子音	ฑ	มณโฑ	thɔɔ mon-thoo	曼陀（泰國史詩人物）	
18.	低子音	ฒ	ผู้เฒ่า	thɔɔ phûu-thâw	老人	
19.	低子音	ณ	เณร	nɔɔ neen	小沙彌	
20.	中子音	ด	เด็ก	dɔɔ dèk	小孩	
21.	中子音	ต	เต่า	tɔɔ tàw	烏龜	
22.	高子音	ถ	ถุง	thɔ̌ɔ thǔŋ	袋子	

＊3號的「ฃ」跟5號的「ฅ」這兩個字母雖然還列在現有的泰語字母表中，但幾乎沒有在使用了。

	種類	字母	配合單字		
23.	低子音	ท	ทหาร	thɔɔ tha-hǎa	軍人
24.	低子音	ธ	ธง	thɔɔ thoŋ	旗幟
25.	低子音	น	หนู	nɔɔ nǔu	老鼠
26.	中子音	บ	ใบไม้	bɔɔ bay-máy	葉子
27.	中子音	ป	ปลา	pɔɔ plaa	魚
28.	高子音	ผ	ผึ้ง	phɔ̌ɔ phûŋ	蜜蜂
29.	高子音	ฝ	ฝา	fɔ̌ɔ fǎa	蓋子
30.	低子音	พ	พาน	phɔɔ phaan	傳統高腳盤
31.	低子音	ฟ	ฟัน	fɔɔ fan	牙齒
32.	低子音	ภ	สำเภา	phɔɔ sǎm-phaw	帆船
33.	低子音	ม	ม้า	mɔɔ máa	馬
34.	低子音	ย	ยักษ์	yɔɔ yák	夜叉
35.	低子音	ร	เรือ	rɔɔ rɯa	船
36.	低子音	ล	ลิง	lɔɔ liŋ	猴子
37.	低子音	ว	แหวน	wɔɔ wɛ̌ɛn	戒指
38.	高子音	ศ	ศาลา	sɔ̌ɔ sǎa-laa	涼亭
39.	高子音	ษ	ฤาษี	sɔ̌ɔ rɯɯ-sǐi	隱士
40.	高子音	ส	เสือ	sɔ̌ɔ sɯ̌a	老虎
41.	高子音	ห	หีบ	hɔ̌ɔ hìip	箱子、寶箱
42.	低子音	ฬ	จุฬา	lɔɔ cùʔ-laa	泰式五角形風箏
43.	中子音	อ	อ่าง	ʔɔɔ ʔàaŋ	盆子
44.	低子音	ฮ	นกฮูก	hɔɔ nók-hûuk	貓頭鷹